மெரீனா

கிழக்கு பதிப்பக வெளியீடுகளாக சுஜாதாவின் புத்தகங்கள்

21ம் விளிம்பு
24 ரூபாய் தீவு
6961
அப்பா, அன்புள்ள அப்பா
அப்ஸரா
அனிதா - இளம் மனைவி
அனிதாவின் காதல்கள்
அனுமதி
ஆ..!
ஆட்டக்காரன் சிறுகதைகள்
ஆதனிலால் காதல் செய்வீர்
ஆயிரத்தில் இருவர்
ஆர்யபட்டா
ஆழ்வார்கள்:ஓர் எளிய அறிமுகம்
ஆஸ்டின் இல்லம்
இதன் பெயரும் கொலை
இரண்டாவது காதல் கதை
இருள் வரும் நேரம்
இளமையில் கொல்
இன்னும் ஒரு பெண்
உள்ளம் துறந்தவன்
ஊஞ்சல்
எதையும் ஒரு முறை
என் இனிய இயந்திரா
என்றாவது ஒரு நாள்
ஐந்தாவது அத்தியாயம்
ஒரு நடுப்பகல் மரணம்
ஒரே ஒரு துரோகம்
ஓடாதே
ஓரிரவில் ஒரு ரயிலில்
ஓரிரு எண்ணங்கள்
ஓலைப்பட்டாசு
கடவுள் வந்திருந்தார்
கமிஷனருக்குக் கடிதம்
கம்ப்யூட்டரே ஒரு கதை சொல்லு
கம்ப்யூட்டர் கிராமம்
கரையெல்லாம் செண்பகப்பூ
கற்பனைக்கும் அப்பால்
கனவுத் தொழிற்சாலை
காயத்ரி
குருபிரசாத்தின் கடைசி தினம்
கை
கொலை அரங்கம்
சிங்கமய்யங்கார் பேரன்
சில வித்தியாசங்கள்
சிவந்த கைகள்
சிறுகதை எழுதுவது எப்படி?
சின்னச் சின்னக் கட்டுரைகள்
சொர்க்கத் தீவு
டாக்டர் நரேந்திரனின் வினோத வழக்கு
தங்க முடிச்சு
தப்பித்தால் தப்பில்லை
திசை கண்டேன் வான் கண்டேன்
தீண்டும் இன்பம்
தூண்டில் கதைகள்
தேடாதே
தோரணத்து மாவிலைகள்
நகரம் சிறுகதைகள்
நிர்வாண நகரம்
நில் கவனி தாக்கு
நில்லுங்கள் ராஜாவே
நிறமற்ற வானவில்
நிஜத்தைத் தேடி
நைலான் கயிறு
பதினாலு நாள்கள்
பத்து செகண்ட் முத்தம்
பாதி ராஜ்யம்
பாரதி இருந்த வீடு
பிரிவோம் சந்திப்போம்
ப்ரியா
மண்மகன்
மத்யமர்
மலை மாளிகை
மனைவி கிடைத்தாள்
மாயா
மிஸ் தமிழ்தாயே நமஸ்காரம்
மீண்டும் ஒரு குற்றம்
மீண்டும் தூண்டில் கதைகள்
மீண்டும் ஜீனோ
முதல் நாடகம் - நாடகங்கள்
மூன்றுநாள் சொர்க்கம்
மெரீனா
மேகத்தைத் துரத்தியவன்
மேலும் ஒரு குற்றம்
மேற்கே ஒரு குற்றம்
ரயில் புன்னகை
ரோஜா
வசந்த காலக் குற்றங்கள்
வாய்மையே சில சமயம் வெல்லும்
வாரம் ஒரு பாசுரம்
வானத்தில் ஒரு மௌனத்தாரகை
விக்ரம்
விடிவதற்குள் வா
விபரீதக் கோட்பாடு
விருப்பமில்லா திருப்பங்கள்
விரும்பிச் சொன்ன பொய்கள்
விவாதங்கள் விமர்சனங்கள்
விழுந்த நட்சத்திரம்
வைரங்கள்
ஜன்னல் மலர்
ஜீனோம்
ஜோதி
ஸ்ரீரங்கத்து தேவதைகள்

மெரீனா

சுஜாதா

கிழக்கு

மெரீனா
Marina
by Sujatha
Sujatha Rangarajan ©

First Edition: April 2010
96 Pages

ISBN: 978-81-8493-413-7
Title No. Kizhakku 473

Kizhakku Pathippagam
177/103, First Floor,
Ambal's Building, Lloyds Road,
Royapettah, Chennai 600 014.
Ph: +91-44-4200-9603
Email : support@nhm.in
Website : www.nhm.in

Cover Image : Shutterstock ©
Backcover Image : Srihari

Kizhakku Pathippagam is an imprint of New Horizon Media Private Limited

This book is sold subject to the condition that it shall not, by way of trade or otherwise, be lent, resold, hired out, or otherwise circulated without the publisher's prior written consent in any form of binding or cover other than that in which it is published and without a similar condition including this the rights under copyright reserved above, no part of this publication may be reproduced, stored in or introduced into a retrieval system, or transmitted in any form or by any means (electronic, mechanical, photocopying, recording or otherwise), without the prior written permission of both the copyright owner and the above-mentioned publisher of this book.

அந்தப் பெண் கடல் அலையை நோக்கி ஓட ஆரம்பித்தாள். 'ஓடியாங்க ஓடியாங்க' என்று அவள் அலறியதை காற்று கடத்திப் போயிற்று. திலீப் சிரமத்துடன் எழுந்திருந்து கீழே கிடந்த 'முரளி'யைப் பார்த்தான். அவனிடம் சலனம் இல்லை. மூச்சுக் காற்று இருக் கிறதா என்று முகத்தருகே விரல் வைத்துப் பார்த்தான். சொல்லத் தெரிய வில்லை.

1

திலீப் சாயங்கால வேளைகளில் மெரீனாவுக்குப் போகமாட்டான். ராத்திரிதான். அவன் பாஷையில் குடுமிகளும் கொள்ட்டிகளும் குஜ்ஜுக்களும் கெத்தான ஆசாமிகளும் பாப்கார்ன் சாப்பிட்டு பலூன் பிடிக்கும், பட்டம் விடும் வேளை சாயங்காலம். மெரீனா வேளா வேளை வேஷம் மாறும்.

சோடியம் மஞ்சளில் நனைந்த கடற்கரையில் சேட்டுகள் லேட்டாக உலா வருவார்கள். மனைவியர் அலுமினிய நாற்காலிகளில் வீற்றிருக்க, நாய்கள் உற்சாகமாக கடல் அலைகளுக்கு ஏற்ப குதித்து நண்டு பிடிக்கும். வீட்டுக்குப் பயந்த காதலர்கள் இருள் விளிம்பில் முழந்தாளிட்டு உலகை விலை பேசிவிட்டு 5-ம் நம்பர் பஸ் பிடித்துச் செல்வார்கள். தைரியமுள்ள காதலர்கள் சட்டை ரவிக்கை தளர்த்தி சற்று நேரம் மெய் மறப்பார்கள். (அது மட்டும் வேண்டாம் சேகர், ப்ளீஸ்.)

எட்டரை மணிக்கு மெரீனா மோனத் தவத்தில் அழும்போது வலை நாற்றத்தின் பின்னணியில் அங்கங்கே ஒரு

இரவுப் பறவை குரல் கொடுத்து மீன் பிடிக்க குத்துமதிப்பாக அலைகளைக் கொத்தும்போது தூரத்துக் கப்பல் குப்பல்கள் விளக்கு போட்டுக் கொண்டு வேடிக்கை பார்க்கும். கூர்ந்து பார்த்தால் டால்பின் துள்ளல்கூடத் தெரியும்.

திலீப் அந்தச் சமயத்தில்தான் தன் நண்பர்களுடன் மெரீனாவுக்கு ஒரு சிற்றரசனின் திக்விஜயம் போலப் போவான்.

அனாவசிய-அலங்கார மோட்டார் சைக்கிள்கள் பின் தொடர கையில்லா பனியனும் தோல் உரை மணிக்கட்டும் சைக்கடெலிக் கண்ணாடியும் முதுகுப் பையுமாக, காற்றில் சிகரெட் ஆட பட்வைஸர், ஹைனக்கென் போன்ற அயல் நாட்டுப் பெயர் கொண்ட பியர் குவளைகளைக் கட்டை விரலால் சீல் திறந்து குலுக்கி நுரைக்கக் குடித்துவிட்டு ஜென் காரை கடற்கரையை ஒட்டிய தார்ச் சாலையில் நிறுத்திவிட்டு கடைசி கடைகள் பெட்ரமாக்ஸை அணைப்பதற்குமுன் சோளக்கொண்டை வாங்கிக்கொண்டு அலைநோக்கி ஓடுவார்கள்.

அலை ஈரம் முடிந்த உடனே இருக்கும் மணல் சரிவில் உட்கார்ந்து கொண்டு புகைப்பார்கள். கொக்கேய்ன் சேர்மானங்களை உள்ளங்கையில் வைத்து மூக்கால் உறிஞ்சும்போது பியருடன் ஒத்துழைத்து மயக்கம் தலைக்கேறும்.

ஜப்பான் தேசத்துப் பத்தாயிரம் வாட் பெட்டியில் ‘எர்த் விண்ட் அண்ட் ஃபயர்’ கேட்பார்கள். நரசிம்மன் டார்ச் வெளிச்சத்தில் ‘ஆடன்’ படிப்பான். நடராசன் ஈழத்துக் கவிதைகளை மனனம் செய்வான். ‘பில் கேட்ஸ்’ என்ற புனைப்பெயர் கொண்ட விஜயன் பேஸ்பால் தொப்பியைத் தலையில் திருப்பி அணிந்துகொண்டு சைபர் கனவுகளில் ஆழ்வான்.

திலீப் மீன் வறுவல் பொட்டலத்தை சுவாரசியம் இல்லாமல் கடிப்பான். (ஒரு ஏகே 56 என்னடா வெலை இருக்கும்?) அவர்கள் மொழி தமிழ் அல்ல; இளமையும் வன்முறையும். ஜிம்மில் போய் பம்ப்படித்து உடம்பை வளர்த்துக்கொண்ட அளவுக்கு மனம் வளராமல் ரத்த நாளங்களில் அட்ரினலின் உச்சத்துக்கு வடிகால் தேடி எப்படியாவது எதையாவது அவிழ்க்கவும் கவிழ்க்கவும் துடிக்கும் வயசு.

அவர்களிடம் மரியாதை கிடையாது. கெட்டதுதான் நல்லது. தோல் ரவிக்கை அணிவார்கள். எப்போதும் மெல்வார்கள்.

உபத்திரவம் தாங்காமல் பணக்காரப் பெற்றோர்கள் வாங்கிக் கொடுத்த வண்டிகளில் கடற்கரைச் சாலையில் மாமாக்களைத் துரத்துவதும் சிவப்பு விளக்குகளை மீறுவதும் பிறப்புரிமை. பிச்சைக்காரர்களை முகத்தில் துப்பிவிட்டு (அ) பிருஷ்டத்தில் உதைத்துவிட்டு நூறு ரூபாய் நோட்டு தருவார்கள். பெண்க ளுடன் பதறிப் பேசி சிதற அடிப்பார்கள்.

திலீப் ஒரு காதில் கடுக்கனை நிரடிக்கொண்டிருந்தான். உரை யாடலைச் சற்றுக் கவனிப்போம்.

'குரு பார்ட்டி வரது, லண்டன்தான் கூட்டியாரான்.'

'எத்தனை பொண்ணுங்கடா?' என்றான் நடராசன். உதட்டில் டூத்பிக்கை இடம் மாற்றிக்கொண்டு.

'பை ஒன் டேக் ஒன்.'

சற்று நேரம் ஏதும் நிகழவில்லை. யாரும் வரவில்லை. ஆயாசம் கொண்டு, 'ஏமாத்திட்டானா...'

'தெலுங்குகாரன் கிட்ட சொல்லிருக்கணும்மா. வாக்கு தவற மாட்டானுக.'

'இப்பல்லாம் ரெய்டு ஜாஸ்தி. கொஞ்ச நேரம் பாப்பம்.'

அவர்கள் உட்கார்ந்திருந்தது மணலுக்கும் சாலைக்கும் இடைப் பட்ட உயரம் குறைந்த கான்க்ரீட் விளிம்பில். அப்போது ஒரு டாட்டா சுமோ அவர்களைக் கடந்து சென்றது. கண்ணாடிக் கதவுகள் கருப்பேறி இருந்தன. ஒரு கணம் அதன் விண்ட்ஷீல்டை வருடிய மஞ்சள் வெளிச்சத்தில் முன் சீட்டில் ஒரு பெண் தோளில் சாய்ந்து வர ஒரு கையால் ஓட்டிச் செல்வது முரளி என்று தெரிந்தது.

'டேய் முரளிடா! தள்ளிட்டுப் போறான் பாரு.'

'முரளி வண்டியா அது?'

'ஆமாடா, கரும்பச்சை நிறம், சுமோ.'

'கூட யாரு?'

'பார்ட்டி, பாத்தியா நம்ம கைல சொல்லாம நம்பிக்கை துரோகம் பண்றான் பாரு.'

கொஞ்ச நேரம் சென்று பின்விளக்கு சிவப்பில் ஒளிர வண்டி நின்றது. அவர்கள் இறங்கி கடல் அலையை நோக்கிச் செல்வது தெரிந்தது. மணி பத்து இருக்கும். யாரும் இல்லை. ஒரு கடற்கரை நாய், சுண்டல் காகிதத்தை மூக்கால் புரட்டிக்கொண்டிருந்தது.

'காத்து வாங்கப் போறானா?'

'இல்லடா. காத்தடிக்க' என்று சிரித்தான் திலீப்.

'ஒரு காரியம் செய்யலாம்.'

'நானும் அதேதான் நெனச்சேன்.'

'அவங்க முன்னால போகட்டும்.'

'ஃப்ளாஷ் கொண்டாந்திருக்கியா? நாம பின்னால வரது தெரியவே கூடாது. கொஞ்சம் விட்டு அப்பறம் எடு. அவன் வழியறதை போட்டோ பிடிக்கணும்.'

அவர்கள் இருவரும் பின்னால் இவர்கள் தொடர்வதைப் பற்றிய பிரக்ஞையே இல்லாமல் இடுப்பில் எக்ஸாக அணைத்துக் கொண்டு மணலில் தள்ளாடித் தள்ளாடி நடந்தார்கள்.

பௌர்ணமி கடந்துவிட்டதால் லேட்டாக எழுந்த சந்திரன் அலைவிளிம்புகளுக்கு வெள்ளி மீசை வரைந்துகொண்டிருந்தது. அவர்கள் தீர்மானமாகக் கடலுக்கு மிகமிக அருகில் சென்றார்கள்.

'குளிக்கப் போறாங்களா?'

'களிக்கப் போறாங்கடா முட்டாளே.'

'ஷ்ஷ்ஷ்!'

திலீப்பின் நாடித்துடிப்பு அதிகமாயிற்று. இருவரும் கடலலை காலைத் தொட ஏறக்குறையப் படுத்துக்கொண்டார்கள். அவன் அவசரத்தில் இருப்பதும் அவள் தாமதிப்பதும் சில்ஹவுட்டில் தெரிந்தது.

மெல்ல, மிக மெல்ல அவர்களை திலீப்பும் நடராசனும் அணுகினார்கள்.

'எட்ரா' என்றான் மெல்ல.

சற்று உரக்கப் பேசியிருக்க வேண்டும்.

முரளி சட்டென்று திரும்ப 'க்ளிக்' என்று ஃப்ளாஷ் சிமிட்டியது. அப்போதுதான் திலீப்புக்குப் புரிந்தது. அது முரளி இல்லை!

'ஓடுரா ஓடுரா, வேற யாரோ' என்றான்.

இதற்குள் முரளி என்று தப்பாகத் தெரிந்து கொள்ளப்பட்ட எகி1

'ஏய் நடராசு, யாராவது வாங்களேன்!' திரும்ப மணலில் ஓட, பழைய தமிழ்ப்பட பத்தினி-கம்-மனைவி போல அவன் முழந்தாளை அவள் பற்றிக்கொள்ள, அவன் தன்னை விடுவிக்க முடியாமல் தடுமாறினான்.

இதற்குள் நடராசன் காருக்குப் போய் டயர் லீவரை எடுத்து வந்தான். அதைப் பயிற்சி இல்லாமல் வீச, அவன் குனிய, கை நழுவி விழுந்தது. திலீப் அதைப் பொறுக்கிக் கொண்டான். திலீப் அதுவரை முகத்திலும் காலிலும் வயிற்றிலும் உதை வாங்கியிருந் தான். பெண் அலறி எச்சரிப்பதற்குமுன் முகத்தில் ரத்தம் பாய்ந்து டயர் லீவரால் அவன் மண்டையில் வெடித்தான்.

சட்டென்று 'முரளி' அனைத்தும் அடங்கிப்போய் மௌனம் ஆனான். தொப்பென்று விழுந்தான்.

அந்தப் பெண் கடல் அலையை நோக்கி ஓட ஆரம்பித்தாள்.

'ஓடியாங்க ஓடியாங்க' என்று அவள் அலறியதை காற்று கடத்திப் போயிற்று. திலீப் சிரமத்துடன் எழுந்திருந்து கீழே கிடந்த 'முரளி'யைப் பார்த்தான். அவனிடம் சலனம் இல்லை. மூச்சுக் காற்று இருக்கிறதா என்று முகத்தருகே விரல் வைத்துப் பார்த் தான். சொல்லத் தெரியவில்லை.

'கொன்னுட்டியாடா?'

'தெரியலை.'

'வா போயிரலாம்' என்றான் நடராசன். குரல் நடுங்க கீழே சந்தேகமாகப் பார்த்துக்கொண்டே நிலவொளியில் கிடந்தவன் அருகில் ரத்தம் கசிந்து அதை மணல் உறிஞ்சுமுன் கருநீலமாகத் தெரிந்தது. திலீப் தொட்ட கை பிசுபிசுப்பாக இருந்தது. புதிய ரத்த வாசனை பரவியது. வாயெல்லாம் மணல்.

'பாவி நீதாண்டா சொன்னே முரளின்னு? முரளி இல்லைடா அது.'

'வாடா போயிரலாம்.'

திரும்பச் சென்று காரைக் கிளப்ப திலீப் பைக்குள் கை விட்ட போது சாவி இல்லை. சண்டையில் மணலில் எங்கோ விழுந்திருக் கிறது.

'என்னடா?'

'சாவி இல்லை.'

'பாஸ்டர்ட்! இப்ப என்ன செய்றது?'

'எம் பின்னாடி மோட்டார் சைக்கிள்ள வந்துரு.'

'காரு?'

'அப்புறம் பார்த்துக்கலாம் வாடா. பட்ரோல் வருவாங்க... பார்ட்டி வந்தாலும் வரும்.'

'செத்துட்டானாடா அவன்?'

'இப்ப அவன் செத்தா என்ன, இருந்தா என்ன?'

'செத்துட்டாண்டா.'

'நீ ஏண்டா அழற? அவன் அப்பா அம்மால்ல அழணும்.'

'நீதானே முரளி காருன்னு அடையாளம் காட்டின. பேசாம வீட்டுக்குப் போறவங்கதானே நாம' என்றான் அழுகுரலில்.

நடந்தது நடந்து போச்சு. கழியாதே! தைரியமா இரு.'

'போலீசாண்டை சொல்றது நம்ம கடமை இல்லையா.'

'பார்றா ஜெயிலுக்கு போகக் குறுக்க வழி சொல்றான். வாடா கிடந்து.'

'என்னடா நடந்தது?' என்றான் விஜயன். அவன் சண்டைப் பக்கம் வரவில்லை.

'அட்ச்சான் பாரு ஒரு அடி - திலீப்பு - டயர் லீவரால - ஆளு அங்கேயே அவுட்டு.'

'யாரு முரளியா?'

‘அதையேன் கேக்கறே. அது முரளியே இல்லை. எவனோ குட்டி தள்ளிக்கிட்டு வந்திருக்கான். அவனைப் போய் முரளின்னு... கையெல்லாம் ரத்தம், சட்டையெல்லாம் ரத்தம்.’

‘எதுக்குடா கொன்னீங்க’ என்று நரசிம்மன் யதார்த்தமாகக் கேட்டான்.

இரண்டு மோட்டார் சைக்களில் நாலு பேர் இரவின் மௌனத்தைக் கலைத்துச் சென்றார்கள். ட்ராஃபிக் விளக்கு மஞ்சள் கண்ணை மட்டும் சிமிட்டிக்கொண்டிருக்கும் ராதா கிருஷ்ணன் சாலையில் திரும்பினார்கள்.

‘நடராசு, என்னை விட்டுப் போயிராதிங்கடா, காரை தனியா நான் எடுத்துவர முடியாது. தனியா அங்க போகமாட்டேன்.’

‘கவலைப்படாதே சகோதரா’ என்று விஜயன் பாடினான்.

‘சாவியை எடத்துட்டு வா, பார்த்துக்கறோம். இதாண்டா நட்பு.’

‘பொண்ணு என்ன ஆச்சு?’

‘கடல்ல போயிருச்சு.’

‘கடல் கன்னி.’

‘கடல் கன்னி, உலகத்தில் ஆண்ட்டி பர்சனல் மைன்ஸ் எத்தனை இருக்கு தெரியுமா?’

‘இவன் ஒத்தண்டா! இப்ப எங்க போறோம்?’ என்றான் நரசிம்மன்.

‘திலீப் வூட்டுக்குப் போய் அவன் காருடைய டூப்ளிகேட் சாவி எடுத்துவரப் போறோம். க்ளியர்?’

‘க்றிஸ்டல் க்ளியர்.’

‘கடல் கன்னி.’

2

வீட்டை அணுகுமுன் மோட்டார் சைக்கிளின் இன்ஜினை அணைத்து நழுவி வந்தார்கள். திலீப் பக்கவாட்டு மாடிப்படி வழியாகத் தன் அறைக்குச் சென்று உள்ளே இருந்த படிகள் மூலம் ஹாலுக்கு இறங்கினான்.

ஆளுயர வெங்கடாசலபதி படம் மஞ்சள் பல்ப் ஒன்று மட்டும் எரிய பாதி வெளிச்சத்தில் இருந்தது. அருகே ஷோகேஸில் உள்ளே ஆணியடித்துச் சாவி மாட்டியிருக்கும். அவனுக்குத் தெரியும். எவரையும் எழுப்பாமல் எடுத்துச் செல்லவேண்டும்.

அப்பாவும் அம்மாவும் ஏசி ரூமில் படுத்திருப்பார்கள். தங்கை கரடி பொம்மையைக் கட்டிக்கொண்டு (பெயர் அப்பாஸ்) இரண்டாவது பெட் ரூமில் படுத்திருப்பாள். அவள் அறையில் கம்ப்யூட்டர் ஓடிக்கொண்டிருந்தது. திரையில் ஒரு பெண் சிங்கம் உட்கார்ந்திருந்தது.

ரூபி நாய் சோபாவில் படுத்திருந்தது. எழுந்து வந்து அவனருகில் வாலை ஆட்டியது. முதலில் திடுக்கிட்டான்.

நல்ல வேளை குரைக்கவில்லை. அதன் கழுத்தைத் தடவிக் கொடுத்துவிட்டு, இருக்கிற வெளிச்சத்தில் கண்ணாடி அலமாரியைத் திறந்து சாவி இருக்கும் இடத்தை அனுமானித்துத் துழாவினான்.

ஜன்னலுக்கு வெளியே அவர்கள் மோட்டார் சைக்கிளில் காத்திருக்க விஜயன் சிகரெட் பற்றவைத்தான். எங்கே போய்த் தொலைந்தது சாவி? கடவுளே, சீக்கிரம், சீக்கிரம்.

இரண்டாவது தட்டில் இருக்கிறதோ? என்ன என்னவோ பொருள்கள் எல்லாம் கையில் பட்டன. பால் பாயிண்ட், அப்பாவின் சிரிஞ்சுகள், காந்தம் பொருத்திய குண்டூசிக் கூடு... இதோ... கை துழாவும்போது பட்டென்று ஹால் முழுவதும் வெளிச்ச வெள்ளத்தில் பிரமித்தது. கூசுவது தாங்காமல் கண்களை மறைத்துக்கொள்ள அவன் அப்பா.

'திலீப்பா?'

'ஆமாம்பா.'

'இந்த வேளையில என்ன தேடற?'

அப்போதுதான் கவனித்திருக்கிறார்.

'என்ன சட்டை எல்லாம் ரத்தம்? முகம் வீங்கியிருக்கு?'

'அது ஒண்ணுமில்லைப்பா... வந்து...'

'என்ன வந்து? சண்டை போட்டியா?' சன்னல் வழியாக எட்டிப் பார்த்தார். 'கார்ல போனியே...யார் அவங்க? கார் எங்கே?'

'அது வந்து...'

'சரியாச் சொல்றா...'

'கார் மெரீனாவில இருக்குப்பா. சாவியை தொலைச்சிட்டேன். மணல்ல விழுந்துருச்சு. டூப்ளிகேட் எடுத்துட்டு..'

'காயம் எப்படி வந்தது?'

'தட்ஸ் நத்திங்க்பா.'

‘ஒண்ணுமில்லையா...மேலுதடு கிழிஞ்சிருக்கு. அரைக்கண் வீங்கி மூடியிருக்கு. திலீப்! என்ன மறைக்கறே? உன் ஃப்ரெண்ட்ஸைக் கூப்டு.’

‘ஒண்ணும் ப்ராப்ளம் இல்லப்பா. நான் சாவி எடுத்துகிட்டு...’

‘உக்காரு முதல்ல. காரை காலைல எடுத்துக்கலாம். டாக்டரை வரவழைக்கிறேன். உன்னால என்ன பிரச்னை பாரு.’

இதற்குள் திலீப்பின் தாய் கண்ணைக் கசக்கிக்கொண்டு இறங்கி வந்தாள். தாலி நைட்டிக்கு மேலே மஞ்சள் தடவித் தொங்கிக் கொண்டிருக்க தலை கலைந்திருந்தது.

‘உன் பையன் கடற்கரைல சண்டை போட்டுட்டு வந்திருக்கான். நீ டாக்டர் ரமேஷுக்குச் சொல்லி கூப்டு முதல்ல. இல்லை பெரிய கார் எடுத்துப் போய்...’

‘என்னடாது பாப்லு (திலீப்பின் செல்லப் பெயர்), ஏண்டா, ஏண்டா இப்படி? உன்னால ஒரு நல்லது உண்டா? ரத்தக் காயமா வந்திருக்கே.’ அவள் குரலில் அழுகை ஜரிகையிடக் கேட்டாள்.

‘சும்மாரும்மா’ என்றான் அதட்டலாக.

அப்பா கதவைத் திறந்து ‘உள்ள வாங்கப்பா மகானுபாவங்களா’ என்று சகாக்களை அழைத்தார்.

விஜயன், நரசிம்மன் இருவரும் தயங்கி வந்தார்கள். நடராசன் அங்கேயே நின்றான்.

‘என்னப்பா ஆச்சு?’

இருவருக்கும் போதையில் கண்கள் ஒளிர்ந்தன.

விளக்கு வெளிச்சம் ஊசிபோல் குத்தியது. ‘ஒண்ணுமில்லை அங்கிள்.’

‘பீச்சாங்கரைல முரளின்னு நெனைச்சுக்கிட்டு ஒருத்தனை சேஸ் பண்ணமா. அவன் வேற ஆளு. அதில சண்டை வந்து டயர் லீவர்ல அடிச்சுட்டான். அவன் விழுந்துட்டான். ரத்தம் பூரா அவனுது.’

‘திலீப்பின் அப்பா ராமச்சந்திரன் பதற்றத்துடன் தன் உணர்ச்சிகள் எல்லாவற்றையும் அடக்கிக் கொண்டு பொறுமையுடன்

கேட்டார். நரசிம்மன் தலை சுற்ற அப்படியே கார்ப்பெட்டில் 'எதுக்குடா சண்டை போடறிங்க?' என்று கேட்டுப் படுத்து விட்டான்.

ராமச்சந்திரன் தாரிணியைக் கலவரத்துடன் பார்த்தார்.

'கார் எங்க இருக்கு?'

'அங்க. டூப்ளிகேட் சாவி எடுக்கத்தான் வந்தோம்.'

இதற்குள் அவுட்ஹவுசிலிருந்து குமாரசாமி வந்தான்.

'அவன் இந்நேரம் செத்திருப்பான் அங்கிள்.'

'யாரு?'

'முரளி... இல்லை இல்லை, முரளின்னு நாங்க நெனைச்சுகிட்ட ஆளு. அப்படியே டயர் லீவர்ல மண்டைல ஒண்ணு போட்டுட்டான். ஆள் க்ளோஸ்.'

'என்னடா சொல்றான் திலீப் இவன்?' என்றார் கவலையுடன்.

'நோ ப்ராப்ளம்பா. நாங்க பார்த்துக்கறோம்.'

'குமாரசாமி, இவங்கள்ள தள்ளாடாத ஒருத்தனைக் கூட்டிட்டுப் போய் மெரீனாவில நம்ம ஜென் காரை எடுத்துகிட்டு வந்துருங்க.'

'அம்மா போனில், 'சாரி டாக்டர், ராத்திரி வேளையில் உங்களைத் தொந்தரவு பண்றோம். எங்க மகன் திலீபன் ஏதோ சண்டை போட்டுட்டு அடிபட்டுட்டான்.'

'எங்க டாக்டர்?'

'சரி டாக்டர்' போனை பொத்தினாள்.

'தேவகிக்கு போன் பண்றாராம். ஆம்புலன்ஸ் அனுப்புவாங் களாம். அரை மணில வராராம்.'

'வீட்டுக்கு வரச் சொல்லு. போனைக் கொடு' என்று போனை வாங்கிக்கொண்டு 'டாக்டர், இட்ஸ் என் எமர்ஜென்சி. ராமச் சந்திரன் பேசறேன். தயவு பண்ணி வீட்டுக்கு வாங்க. ஆஸ்பத்தி ரிக்கு வர முடியாத நிலை. போலீஸ் கேசாயிடும்.'

'வில் வெய்ட் டாக்டர், கார் அனுப்பட்டுமா?'

'சரி.'

ராமச்சந்திரன், 'இரு, சட்டை பேண்ட் மாட்டிக்கிட்டு வரேன். உன்னைப் பெத்ததுக்கு நடுராத்திரில கஞ்சா அடிச்சவங்ககூடக் காரைத் தேடிக்கிட்டுச் சுத்தவேண்டி வருது. உம்... ஏம்மா நம்ம புள்ளை மட்டும் இப்படி இருக்கான்? என்ன பாவம் செஞ்சோம்? கூலி குறைச்சோமா, திருடினமா, கொள்ளையடிச்சமா?'

'சரியா வளர்க்கலைங்க. பைசா அருமை தெரியாம வளர்த்துட்டோம்.'

'எவ்ரிதிங் வில் பி ஆல்ரைட் சார்' என்றான் விஜயன்.

'ஆமாம், இவரு சொல்லிட்டாரு. சரியாப் போயிரும் உலகமே.'

'டாய்லெட் எங்கருக்கு. ஒரு சிகரெட் கெடைக்குமா?' அவன் கண்கள் திசை தவறி தாரிணியின் மார்பை நோக்கின. ராமச் சந்திரன் அவனை வெறித்துப் பார்த்தார்.

'மன்னிச்சுருங்க சார், அப்படிப் பார்க்காதீங்க.'

'வாடா' என்று நடராசனை அழைத்துக்கொண்டு காரில் புறப்பட்டார்.

அவர்கள் மெரீனாவை அடைந்தபோது மணி இரண்டு இருக்கும். வானத்தில் ஈரம் அதிகமாகி கருமேகங்கள் திரண்டு சப்தம் இல்லாமல் மின்னல் அடித்துக்கொண்டிருந்தது. காற்று பலத்திருந்தது.

அவர்கள் கார் அருகே கையில் கம்புடன் ஒரு போலீஸ்காரர் நின்றுகொண்டு காரின் நம்பரைக் குறித்துக்கொள்ள நோட்டை உருவிக்கொண்டிருந்தார். கார் அனாதையாக நின்று கொண்டிருந்தது.

அதனருகே ராமச்சந்திரனின் சியலோ வந்து நிற்பதைக் கவனித்து அந்தப் போலீஸ்காரர் அருகே வந்தார்.

'காரு உங்களுதுங்களா?'

'ஆமாங்க.'

'எதுக்கு நிப்பாட்டிருக்கீங்க ராவேளையில? உள்ள யாராச்சும் இருக்காங்களா?'

‘ரிப்பேர் ஆயிருச்சுப்பா. அதான் விட்டு வந்துட்டம்.’

‘புதுசா இருக்குது?’

‘காரு புதுசுதான். ஓட்டத் தெரியாம ஓட்டிருக்காங்க பசங்க. அதனால. தாங்க்ஸ் கான்ஸ்டபிள், ஏதாவதுன்னா இந்த விலாசத் தில வந்து பாருங்க’ என்று ராமச்சந்திரன் தன் கார்டைக் கொடுத் தார். அவர் அதைப் பார்த்துவிட்டுப் பையில் போட்டுக் கொண்டார்.

‘பட்ரோல் ட்யூட்டிங்க. ஏதாவது காப்பி டிபனுக்கு...’

ராமச்சந்திரன் நூறு ரூபாயை எடுத்துக் கொடுக்க குமாரசாமி, ‘அந்தக் கார்டைக் கொடுத்துருங்க’ என்று வாங்கிக்கொண்டான்.

‘எந்தப் பக்கம் போறீங்க?’

‘எட்வர்ட் எலியட்ஸ் ரோடு.’

‘அங்கதான் வீடுங்களா?’

‘பிரசிடெண்ட் ஓட்டல் எதுர்க்க.’

‘பைக்ராப்ட்ஸ் ரோடு கட்டிங்கல விட்டுருங்க. இல்லை, ப்ரசிடெண்ட் கிட்ட விட்டாக்கூடச் சரி.’

கதவைத் திறந்து அவர் அனுமதிக்காகக் காத்திராமல் ஏறிக் கொள்ள மழை தொடங்கிவிட்டது.

சற்று நேரம் மௌனமாக வந்தார்கள். வழியில் கான்ஸ்டபிள் இறங்கிக்கொண்டார்.

‘குமாரசாமி, அந்தாளு நம்பரை நோட் பண்ணிக்கிட்டான்ங்கற?’

‘அய்யா இல்லைய்யா.’

‘நல்ல வேளை கார்டைத் திருப்பி வாங்கிகிட்டே.’

‘அய்யா, நானும் அதான் பார்த்தேன்யா. பொசுக்குனு கார்டைக் கொடுத்துட்டிகளேன்னு.’

‘நல்லவேளை.’

வீடு திரும்பியதும் டாக்டர் ரமேஷின் எஸ்டீம் நின்று கொண்டி ருந்தது. அத்தனை விளக்குகளும் போட்டிருக்க தோட்டத்தில்

அவ்விருவரும் சிகரெட் பிடித்துக்கொண்டிருக்க வாசனை வேறு மாதிரி இருந்தது.

நடராசனை உலுக்கி, 'எங்கப்பா நடந்தது சண்டை?'

'நேர...'

'நேரன்னா என்னடா சொல்ற?'

'அவன் கடற்கரையாண்டை கிடப்பான்.'

'உன் வீடு எங்க?'

'உங்க வீடுதான் எங்க வீடு' என்று சிரித்தான்.

'குமாரசாமி, எம் புள்ளைக்கு வாய்ச்ச நண்பர்களையெல்லாம் பார்த்திங்களா?'

குமாரசாமி, 'ஆமாய்யா' என்றான் அனுதாபத்தோடு. 'இவனுகளைக் கவனிச்சுக்கறேன். உள்ள போய் திலீப் தம்பியை கவனிங்க. கவலைப்பட ஏதும் இல்லைங்க. வெளையாட்டா சண்டை போட்டு அடி வாங்கிட்டு வந்திருக்காங்க.'

'இல்லை குமாரசாமி, கொன்னுட்டான்' என்றான் நடராசன் தீர்மானமாக.

'வா தம்பி, நாம ரெண்டு பேரும் குப்பைத் தொட்டில பிள்ளை பொறுக்கலாம்.'

'ப்யூட்டிஃபுல் குமாரசாமி. யு ஆர் எ பொயட்' என்று சிரித்தான் நடராசன்.

உள்ளே டாக்டர் ரமேஷ் திலீப்பின் நெற்றியில் தையல் போட்டுக் கொண்டிருந்தார். கன்னத்தில் ப்ளஸ் வடிவ ப்ளாஸ்திரி ஒட்டியிருந்தார்.

'அவ்ளதாம்மா ஏடிஎஸ். போட்டுட்டேன். கை வீங்கியிருக்கு. காலைல முத காரியமா எக்ஸ்ர எடுக்கணும். ப்ராக்சர் அல்லது க்ராக் விழுந்திருக்கலாம். திலீப்பின் நெற்றிக் கற்றையைப் பிரித்தார். ரத்தம் கட்டியிருந்தது.

'திலீப் ஒரு வாரம் படுக்கையை விட்டு எழுந்திருக்கக் கூடாது. கம்ப்ளீட் ரெஸ்ட்.'

'பெயின் கில்லர் கொடுத்திருங்களேன். நல்லாத் தூங்கட்டுமே.'

'தேவையில்லை. அவன் எடுத்திருக்கிறதே பெயின் கில்லர்தான்' என்று தன் பெட்டியின் உதடுகளை மூடினார்.

'தாங்க் யூ டாக்டர். ராத்திரில தொந்தரவு பண்ணிட்டோம்.'

'பரவால்லை. டாட்டருக்கு அலர்ஜி போயிருச்சில்லை?'

'குறைஞ்சிருக்கு, காண்டாக்ட் லென்சை எடுத்தவுடனே!'

'அதுக்கும் இதுக்கும் சம்பந்தமில்லை. வரட்டுமா. இன்னும் ஒரு கேஸ் பார்க்கணும். வாமிட்டிங் கேஸு.'

3

மறுநாள் முழுவதும் திலீப் படுக்கை அறையிலேயே இருந்தான். ஜன்னல் திரைகளை இழுத்துக்கொண்டு அரையிருட்டில் பிரமிப்பில் பதட்டத்தில் படுத்திருந்தான். வேளா வேளைக்கு அம்மாவும் தங்கையும் தின்ன ஏதாவது கொண்டு தர வேண்டாவெறுப்பாகத்தான் உண்டான். கழுத்தைத் தொட்டுப் பார்த்ததில் ஜுரம்.

அம்மா அவனைப் பரிவுடன் பார்த்து 'அவங்க சவகாசம் வெச்சுக்க வேண்டாம் வேண்டாம்னு சொன்னேன் பார்த்தாயா? அதும் அந்த நடராசு, அவனைக் கண்டாலே பிடிக்கலை. என்னையே சைட் அடிக்கிறாண்டா அவன்! அவன்கிட்ட போய்.'

'சும்மா இருங்கம்மா.'

'எல்லாரும் என்னை அதட்டுங்க. குமாரசாமி முதக்கொண்டு...'

'சண்டை போட்டியா பாப்லு' என்று அவன் தங்கை பிக்கி கேட்டாள்.

'இல்லைடி சின்ன தகராறு. பெரிசு பண்றாங்க அப்பாவும் அம்மாவும்.'

‘நெத்தில பெரிசா இருக்கே காயம்.’

‘கட்டுதான் பெரிசு.’

‘பாப்லு, அம்மா சொல்றாப்பல ரிஷிவேலி போயிரேன்.’

‘அவனைத் தபோவனத்துக்கு அனுப்பி அலுமினியத் தட்டில் சோறு போடணும்.’

‘காலை தினமலர் வராந்தாவில் கிடந்தது. காப்பிக் கோப்பையை ஸ்டூலில் வைத்துவிட்டு பிரம்பு நாற்காலியில் உட்கார்ந்து ராமச் சந்திரன் குமாரசாமி கொண்டுவந்த செய்தித்தாளைப் புரட்டினார். ‘அய்யா மூணாம் பக்கத்தைப் பாத்துருங்கய்யா.’

மூன்றாம் பக்கத்தில்...

‘அடையாளம் தெரியாத பிணம்’ என்று சின்னதாகப் பெட்டிச் செய்தி வந்திருந்தது.

சென்னை செப்.12

படத்தில் கண்ட சுமார் இருபது வயது மதிக்கத்தக்க ஆண் நபர் கடற்கரையில் கண்டுபிடிக்கப்பட்டு அரசு பொது மருத்துவமனையில் அனுமதிக்கப்பட்டு சிகிச்சை பலனளிக்காமல் மரணம் அடைந்து விட்டார். மேற்படி நபரைப் பற்றி எவ்விதத் தகவலும் தெரியவில்லை. உறவினர், நண்பர்கள் யாரேனும் வந்தால் ஜே-3 புலனாய்வுப் பிரிவை அணுகலாம் அல்லது கீழ்க்காணும் தொலைபேசி எண்ணுக்குத் தகவல் தெரிவிக்கலாம்.

பிரேதம் பொது மருத்துவமனை சவக்கிடங்கில் உள்ளது.

குமாரசாமி பவ்யமாக அருகில் நின்றான்.

போட்டோவில் முகம் மட்டும் தெரிந்தது. கன்னங்கள் ஒட்டி யிருந்தன. பாதிக்கண், பாதி வாய் திறந்து, திறந்த வாயில் வெற்றிலை போட்டாற்போல் கருப்பாக இருந்தது.

‘அந்தப் போலீஸ்காரன் நம்ம கார் நம்பரை நோட் பண்ணிக் கலையே?’

‘இல்லைய்யா.’

‘இதை அம்மா, திலீப்கிட்ட காட்டவேண்டாம்.

பெங்களூருக்கு ஒரு டிக்கெட் புக் பண்ணிருங்க மார்னிங் ஃப்ளைட்ல. தீர்மானிச்சுட்டேன் குமாரசாமி.'

'அய்யா.'

'பணசங்கரி தபோவனத்து ஆஸ்டல்ல சேர்த்துர்ரதுன்னு. பையனுக்குச் சகவாசம் சரியில்லை.'

'அய்யா, திலீப் அய்யாவுக்குச் செய்தியைக் காட்டிர்றது நல்லதுய்யா.'

அவர் யோசித்து, 'நீ சொல்றது சரிதான். பயம் இருக்குமில்லை.'

'ஆமாய்யா.'

'ஏதாவது ப்ராப்ளம் வரும்ங்கறே?'

'வராதுய்யா. வந்தாலும் சமாளிச்சுரலாம்.'

'எதுக்கும் டிஸ்க்ரீட்டா விசாரிச்சுட்டு வாங்க.'

தாரிணி காப்பி தம்ளரை எடுத்துக்கொள்ள வந்தபோது பேப்பரை எடுத்து மறைத்து வைத்தார்.

'காலைலயே பாத்துட்டேன். என்னங்க இது விபரீதம்?'

'பாத்தாச்சா, அப்ப பையன்கிட்ட காட்டு.'

'தூங்கறான். சேச்சே, அது ஏதோ அனாதைப் பிணமா இருக்குங்க.'

'லெட்ஸ் ஹோப் ஸோ. அந்தப் பையன்க சொல்றதைப் பார்த்தா ஒரு ஆளை அடிச்சுப் போட்டுட்டுதான் வந்திருக்காங்க. ஒருத்தன் சொல்றான் உத்தரவாதமா செத்துட்டான்னு.'

'சேச்சே, திலீப் அப்படியெல்லாம் விபரீத காரியம் செய்ய மாட்டான். முதல்ல உங்க பையன்மேல நம்பிக்கை வைங்க. அவனை எப்பப் பார்த்தாலும் கரிச்சுக் கொட்றீங்க. உங்ககூடப் பேசறதையே நிறுத்திட்டான்.'

'அப்ப, நடந்ததுக்கெல்லாம் நான்தான் காரணம்ங்கற.'

'ஆமாங்க' என்றாள் அழுத்தமாக.

'பார்த்தீங்களா குமாரசாமி. எல்லாத்துக்கும் நான்தான் காரணம்.'

குமாரசாமி எதுவும் பேசாமல் சிலைபோல நின்று கொண்டிருந்தான்.

'யார் காரணம்னு ஆராய்ச்சி வேண்டாம் இப்ப. அவனைத் திருப்பி குழந்தையாக்கி திருத்தமா வளர்க்க முடியாது. எல்லாம் பாலத்தடில தண்ணி. நீ போய் அவங்கிட்ட இந்தப் பேப்பரைக் கட்டாயமாக் காட்டிடு.'

'நீங்களே காட்டுங்க' என்று சொல்லிவிட்டு உள்ளே போனாள். நாய் குரைத்தது. குமாரசாமி கேட் அருகில் சென்றான். அங்கே யாரோ வாயில்கதவைத் திறக்கச் சொல்லிக்கொண்டிருந்தார்.

'கோன் ஹை?'

'ஷாப் போலிஷ்' என்றான் கூர்க்கா.

குமாரசாமி சென்று கதவைத் திறந்து, 'என்ன விசயம்?' என்றான். போலீஸ் இன்ஸ்பெக்டர் நின்றுகொண்டிருந்தார். ஜீப்பில் ரேடியோ உளறிக்கொண்டிருந்தது.

'அய்யாவைப் பார்க்கணும்.'

'என்ன விசயம்?'

'சும்மா வெசாரிக்க.'

'என்ன விசாரிக்கணும் சொல்லுங்க.'

'நீங்கதான் ஓனரா?'

'இல்லை.'

'முந்தாநேத்து உங்க வீட்டு கார் கடற்கரையில் ராத்திரி நின்னு கிட்டு இருந்ததைப் பார்த்திருக்காங்க. அதைப்பத்தி விசாரிக்கணும்.'

குமாரசாமி ராமச்சந்திரனைப் பார்க்க அவர் அருகில் வந்தார்.

'என்னவாம்?'

'காரைப்பத்தி விசாரிக்கணுமாம்.'

அவர் முகம் ரத்தம் இழந்தது தெரிந்தது.

'என்னப்பா?'

'முந்தாநா ராத்திரி மெரீனா கடற்கரையில் லைட் அவுஸ் பக்கத்துல சைடு ரோடில உங்க கார் நிறுத்தியிருந்ததா...'

'முதல்ல நீங்க யாரு?'

'நான் சி.ஐ.டி. இன்ஸ்பெக்டர்ங்க. பேரு கதிர்வேலு.'

'ஆமா, என்ன விசயம்?'

'பீச்ல இருந்த கான்ஸ்டபிள் பார்த்திருக்கார். ஒரு கருப்பு கலர் ஜென் காருங்க.'

'எங்க காரு நீலக் கலர்.'

'சோடியம் வெளிச்சத்தில் எல்லாக் காரும் கருப்பாத்தாங்க தெரியும்.'

'இப்ப என்னங்கறிங்க.'

'உங்ககிட்ட ஜென் கார் இருக்குதா?'

'இருக்குது. ஆனா ரிப்பேர்.'

'உள்ளே வரலாங்களா. மேட்டர் கொஞ்சம் சீரியஸ். அதனால.'

'என்ன விசாரிக்கணுங்க?' என்று கேட்டார் குமாரசாமி.

'முந்தா நா ராத்திரி கடற்கரைல ஒரு ஆண் பிணம் கிடந்ததுங்க. மண்டைல அடிபட்டு. அது சம்பந்தமா விசாரிச்சுக்கிட்டு இருக்கோம்.'

'அதுக்கும் காருக்கும் என்ன சம்பந்தம்?'

உள்ளே வந்து வராந்தா நாற்காலியில் உட்கார குமாரசாமி காபி கொண்டு வந்து மைய மேஜையில் வைக்க அதைக் கலக்கிக் கொண்டே இன்ஸ்பெக்டர் பேசினார். அவர் முகத்திலும் சுருக்க மாக வெட்டப்பட்ட க்ராப்பிலும் ஸ்டாலின் மீசையிலும் போலீஸ்தனம் தெளிவாகத் தெரிந்தது. சிரிக்கும்போது கண் ஓரங்கள் இடுங்கின. காக்கிச் சீருடை. சட்டையின் அரைக்கையை நிரப்பும் புஜங்கள். முழங்கையைத் திருப்பும்போது பச்சை குத்தியிருப்பதும், கருப்புப்பட்டையில் பெரிய தோசைக் கல்

வாட்ச்சும் அவருடைய அதிகார அழுத்தத்தை அதிகரித்துக் காட்டின.

'கார் நம்பர் கிம்பர் ஏதாவது இருக்கா?'

'அது உங்க கார்தாங்க.'

'எப்படிச் சொல்றீங்க?'

'கான்ஸ்டபிள்கிட்ட நீங்க காரை எடுத்துப் போக வரப்ப கார்டு கொடுத்திருக்கீங்க.'

'கார்டா.'

'கொடுத்துட்டு உடனே திருப்பி வாங்கிட்டீங்க. கார்டு இல்லை. ஆனா விலாசத்தை நோட் பண்ணிருக்காரு.'

'இப்ப என்னங்கறிங்க.'

'அந்தக் கார்ல யார் யார் இருந்தாங்க?'

'நான்தான்.'

'இல்லைங்க. சின்னப்பசங்க நாலு பேர் வந்து இறங்கினதா பூக்காரப் பொம்பளை சொல்லிச்சு. பாருங்க மிஸ்டர், நாம நினைச்சுக்கிட்டு இருக்கோம், நம்மை யாரும் பார்க்கறதே இல்லைன்னு. விசாரிச்சா நூறு பேர் பார்த்திருப்பாங்க. உடனே விசாரிக்கணும். அவ்வளவுதான்.'

'இப்ப என்ன அத்தாரிட்டி பேரில என்னைக் கேள்வி கேக்க வந்திருக்கீங்க?'

'எங்கிட்ட சம்மன் வாரண்ட் ஏதும் கெடையாது. இன்ஃபார்மலாத் தான் வந்திருக்கேன். நீங்க ஒத்துழைக்கலைன்னா மேஜிஸ்ட்ரேட் கிட்ட அனுமதி வாங்கி ஆர்டரோட வந்து விசாரிக்கிறேன். எது தேவைங்க?'

குமாரசாமி குறுக்கிட்டு, 'அய்யா, உங்களுக்கு போன் வந்திருக்கு' என்றான்.

ராமச்சந்திரன் உள்ளே போக குமாரசாமி உடன் வந்து, 'இந்த ஆளைப் பாத்தா வேற எதுக்கோ வந்திருக்கறாப்பல தெரியுதுங்க.'

'வேற எதுக்கோன்னா.'

‘ஏதாவது சமாசரம் பேச வந்திருப்பான்னு தோணுதுங்க. அதனால பொதுவா அவன்கூடப் பேசிப் பாருங்க’ என்றான்.

திரும்ப ராமச்சந்திரன் வந்தபோது தோட்டத்தில் சிகரெட் பிடித்துக்கொண்டிருந்த இன்ஸ்பெக்டர் அதை உடனே அணைத்துவிட்டு அருகே வந்தார்.

‘போன் பேசிட்டீங்களா?’

‘ஏதோ ராங் கால். சொல்லுங்க. எங்க கார்தான் அதுன்னே வெச்சுக்கங்க. வேறே என்ன உங்களால கனெக்ட் பண்ண முடியும்?’

‘நான் எதும் கனெக்ட் பண்ண வரலைங்க. அந்த கார்ல இருந்தவங்களை விசாரிக்க விரும்பறேங்க. அதில் யார் யார் இருந்தாங்கன்னு தெரியணும்.’

‘என் மகன்தான் அந்தக் காரை எடுத்துட்டுப் போனான். அவன் கிட்ட விசாரிச்சு வெக்கறேன்.’

‘உங்க மகன் இருக்காரா இப்ப வீட்டில?’

‘இல்லை. இ... இருக்கான்... உடம்பு சரியில்லாமெ படுத்திருக்கான்.’

‘என்ன உடம்பு?’

‘ஜுரம்.’

‘ஒரு நிமிஷம் பார்க்கலாமா?’

‘சாயங்காலம் பார்க்கலாம்.’

‘இப்ப ஒரு நிமிஷம்? ராத்திரி அந்த வண்டில இருந்தது யார் யாருன்னு தெரியணும்.

‘இன்ஸ்பெக்டர், ஏதாவது விபரீதமான செயல் நடந்திருக்கும்னு சந்தேகப்படறீங்களா?’

‘இல்லைங்க. நான் பிரிலிமினரியா வெசாரிக்கிறேன். கடமையைச் செய்யறேன். யாரையும் சந்தேகப்படலை. இதுவரை...’

‘சந்தேகப்படக்கூடாது’ என்ற ராமச்சந்திரன் முகம் இறுகி, ‘என் பையனை இப்ப பார்க்க முடியாது.’

'எப்ப பார்க்கலாம்?'

'நாலு நாள் களிச்சு வாங்க.'

'அடிகிடி பட்டிருக்கா?'

'யார் சொன்னாங்க?'

குமாரசாமி, 'நீங்க போய்ட்டு அப்புறம் வாங்க. இப்ப விசாரிக்க ஏதும் அவசியமில்லை' என்று அவரைச் சற்றே தள்ளி தோட்டப் பக்கம் அழைத்துச் சென்றான்.

தோட்டத்தில் இருவரும் பேசுவதை ராமச்சந்திரன் கவலையுடன் பார்த்துக்கொண்டிருந்தார். அவர் கைவிரல்கள் பார்க்கின்சன் போல நடுங்கின.'

4

இன்ஸ்பெக்டரை வழியனுப்பி வைத்துவிட்டு, குமாரசாமி அவரிடம் வந்தான்.

‘லஞ்சம் கேக்கறாங்க.’

‘எத்தனை?’

‘விசாரிக்கலைங்க. கோடி காட்டறாரு. சர்க்கிள். ஏ.ஸி., டி.ஸி. எல்லாருக்கும் போவுதாம். எத்தனைன்னு சொல்லலை.’

‘கொடுத்துத் தொலைச்சுரலாமே.’

‘அவசரப்பட வேண்டாங்க. லஞ்சம் கொடுக்கறப்ப முதல்ல இது சரியான பார்ட்டிக்குப் போவுதா, காரியம் நடக்குமா, இந்த ரெண்டையும் முதல்ல விசாரிச்சுட்டு அப்புறம் ரொக்கம் எவ்வளவுன்னு...’

‘குமாரசாமி, நீங்க என்ன செய்வீங்களோ, இந்த வெவகாரம் வீதிக்கு வராம பார்த்துக்க வேண்டியது உங்க பொறுப்பு.’

‘செய்துரலாங்க’ என்ற குமாரசாமி அவரிடம் பாங்க் சலான்களில் கையெழுத்து வாங்கிக்கொண்டு சென்றார்.

தாரிணி திலீப்பின் படுக்கை அறையிலிருந்து வந்தாள். ‘நல்ல ஜுரம்’ என்றாள்.

‘ரெண்டு நாள் கெடக்கட்டும்’ என்றார் கோபத்துடன்.

‘போலீஸ்காரன் என்ன சொல்றான்?’

என்னவோ பேசிட்டுப் போறான். குமாரசாமிதான் பேசியிருக்கான்.’

‘அது அனாதைப் பொணம்தானே?’

‘விஷயம் அத்தனை எளிசு இல்லை தாரிணி!’

‘என்ன சொல்றீங்க?’

‘உம் பையன் அடிச்ச அடில செத்திருக்கான் போலத்தான் தெரியுது.’

‘அய்யோ’ என்று அவள் தலைப்பால் வாயைப் பொத்திக் கொண்டாள்.

பிக்கி டோஜோவைக் கட்டிக்கொண்டு வெளியே வந்தாள். ‘அம்மா நான் இன்னிக்கு செராமிக் பாட்டரி கிளாசுக்குப் போவணும். பணம் கொடு.’

‘எல்லா கிளாசும் பந்த் ஒரு வாரம். வீட்ல கெட.’

‘நான் என்னப்பா செஞ்சேன். நான் எதுக்கு வீட்ல கெடக்கணும்?’

‘வீடு பூரா போலீஸ் உலாத்துது.’

‘திலீப் அப்படியெல்லாம் செய்திருக்கமாட்டாம்ப்பா.’

‘எப்படித் தெரியும்?’

‘என் அண்ணனை எனக்குத் தெரியும். உங்களைவிட’ என்றாள்.

‘உள்ளே போய் எப்படி இருக்கான்னு கொஞ்சம் விசாரிச்சுட்டு தான் வாங்களேன். உங்க பையன்தானே. பாவம் பயத்திலேயே ஜுரம் வந்திருக்கு.’

‘எனக்குக்கூட ஃபீவரிஷ்ஷாத்தான் இருக்கு. உப்பு போட்டுக் கொப்பளிக்கணும்.’

அறைக்குள் சென்றார். திலீப் சவுண்ட் சிஸ்டத்தில் இரைச்சலாகக் கேட்டுக்கொண்டிருந்தான். படங்கள் நிறைந்த பத்திரிகையை மார்புக்குமேல் பிடித்துக்கொண்டு கால் மேல் கால் போட்டுக் கொண்டிருந்தான். அருகே இருந்த ஆஷ் டிரேயை அப்பாவைப் பார்த்ததும் படுக்கைக்கு அடியில் செலுத்தினான். அறை முழுவதும் சிகரெட் புகை மணம் விரவியிருந்தது.

ராமச்சந்திரன் திலீப்பை ஒருமுறை பார்த்தார். உலகளவு ஆத்திரம் வந்தது.

‘ஹாய் டாட்’ என்றான்.

‘நீ செய்த காரியம் விபரீதமாயிருச்சு.’

அவன் என்ன ஆச்சு என்று அக்கறை காட்டவில்லை. ஒரு கணம் அவனை அந்த இடத்திலேயே மண்டையில் ஒரு போடு போட்டு இரண்டாகப் பிளந்துவிடவேண்டும் போலத் தோன்றியது. ஒரே போடு! எல்லாப் பிரச்னையும் தீர்ந்து போச்சு.

‘உன்னை பெங்களூருக்கு அனுப்பத் தீர்மானம் பண்ணிட் டேன்.’

‘ஃபர் வாட்?’ என்றான்.

‘பணசங்கரி தபோவனம் ஸ்கூல்ல உன்னைச் சேர்க்கறதுக்கு.’

‘ஐ’ம் நாட் கோயிங்’ என்றான் விரோதமாக.

‘நீ போகப் போறே, போகணும், அவ்வளவுதான்.’

‘ஐ’ம் நாட் கோயிங். இதென்ன புதுசாருக்கு? அம்மாவைக் கூப்பிடுங்க. அம்மா சொன்னாங்க, எங்கயும் அனுப்பமாட் டோம். வீட்லயே இருக்கலாம். எக்மோர் ஸ்கூலை விட்டு மாத்தறதில்லைன்னு?’

‘பாரு திலீப். இந்த வீட்டில் தீர்மானங்கள் செய்யறதெல்லாம் அம்மா இல்லை. அப்பா அதாவது நானு! அண்டர்ஸ்டாண்ட்?’

‘நான் எதுக்காகப் போகணும்?’

‘எதுக்காகவா? கேக்கறியே வெக்கமா இல்லை. பீச்ல போய் கஞ்சா அடிச்சிட்டு யாரையோ அடிச்சுப் போட்டுட்டு, வீடு முழுக்க போலீஸ்காரங்க.’

‘நான் ஏதும் எடுத்துக்கலை. அவங்கதான். முரளின்னு நெனைச்சு அவன் பின்னால போனோம். அது முரளி இல்லை. எங்களைப் பார்த்ததும் கண்டபடி எங்களை அதும் என்னைத் தாக்கிட்டான். நல்லா அடிபட்டுட்டேன். அதனால் தற்காப்புக்காக ஒரு வீசு வீசினேன். அடிபட்டு விழுந்துட்டான்.’

‘செத்துப் போய்ட்டான். தெரியுமில்லை?’

‘யாரு? நோ வே. அப்படிப்பட்ட அடி இல்லை அது!’

‘கையால அடிச்சியா?’

‘இல்லை, டயர் லீவரால!’

‘டயர் லீவரால ஒரு ஆளைக் கொல்லலாம் தெரியுமா?’

‘டாடி, ஆனா அவன் சாவலை.’

‘எப்படிச் சொல்லறே?’

‘எனக்குத் தெரியும். கொல்லலை. அடி சரியாப் படலை.’

‘முட்டாப் பயலே! அறைக்கு வெளியே எட்டிப் பார்த்து ‘குமாரசாமி அந்தப் பேப்பரைக் கொண்டா.’

குமாரசாமி அந்தக் கேள்வியை எதிர்பார்த்தவன் போலச் செய்தித்தாளைக் கொண்டுவந்து கொடுத்தான்.

‘படி’ என்று அதன் முக்கிய பக்கத்தை மடித்து அவன் கண் முன்னால் துருத்தினார்.

திலீப் அதைப் படித்துவிட்டு முகம் வெளிறிப்போய், ‘நோ, இது நான் செய்ததில்லை. வேற யாரோ...’ அவனுக்குச் சிகரெட் பிடிக்கத் தேவையாக இருந்தது. கைவிரல்கள் உதறின.

‘சொல்லு மகனே! நான் பெத்த பிள்ளையே! என்னை என்ன பண்ணச் சொல்றே?’

இதை அறையின் வெளியிலிருந்து கேட்டுக்கொண்டிருந்த தாரிணி உள்ளே வந்து, 'என்ன பண்ணணும்னு அவனைக் கேட்டா? அது உங்க பொறுப்பில்லையா?'

'எது?'

'உங்க மகனை இந்த அபாயத்திலிருந்து காப்பாத்தறது.'

'இது அவனா செய்துகிட்ட விபரீதம். அவன் சகாக்கள் சரி யில்லைன்னு நான் சொன்னபோதெல்லாம் சப்போர்ட்டுக்கு வந்தே. இப்ப கிடந்து மருகுங்க தாயும் பிள்ளையும். இவன் ஜெயிலுக்குப் போகட்டும், புத்தி வரும்!'

'அப்படி லேசில விட முடியுமா?'

'பாரு, என்னால சப்-இன்ஸ்பெக்டர் பின்னால எல்லாம் சூட் கேசை வெச்சுக்கிட்டு லஞ்சம் கொடுத்து அலைய முடியாது.'

'உங்களை யார் அலையச் சொன்னாங்க. எல்லாம் குமாரசாமி பார்த்துப்பார். குமாரசாமி எதுக்காக இருக்கார்? அவருக்குத்தான் எல்லா எழவும் தெரியும். குமாரசாமி! குமாரசாமி! குமாரசாமி!

குமாரசாமி பணிவுடன் உள்ளே வந்தான். அவன் முகத்தில் எந்தவிதச் சலனமும் இல்லை. 'என்னங்கைய்யா?' அவர்களைக் கண்ணோடு கண் பார்க்காமல் 'என்ன வேணும்' என்றான்.

அந்தப் பார்வையை அர்த்தம் பண்ணிக்கொள்ள எத்தனையோ முறை ராமச்சந்திரன் முயன்றிருக்கிறார். அது என்ன பார்வை? அலட்சியமா, ஆணவமா, தன்னிரக்கமா, 'சந்தர்ப்பவசத்தால் நான் உன்னிடம் சேவகம் பண்ண விதி பணித்திருக்கிறது. அதற்காக என் சுயமரியாதையை இழக்க வேண்டியதில்லை' என்று எப்படியோ சொல்லும் பார்வை.

'குமாரசாமி! பாப்லு கேசைப் போலீஸ் கிட்டருந்து மீட்க வேண்டியது உங்க பொறுப்பு. எவ்வளவு ஆனாலும் சரி, காதோடு காது வெச்சாப்ல முடிச்சுர வேண்டியது' என்றாள் தாரிணி.

'பெரிய அய்யா என்ன சொல்றாரு?' என்றான் ராமச்சந்திரனைப் பார்த்து.

'அய்யாவும் அதேதான் சொல்றாரு' என்றாள் தாரிணி. குமாரசாமி ராமச்சந்திரன்மேல் வைத்த பார்வையைச் சற்று நேரம் விலக்காமல் காத்திருந்தான். பின் சென்றான்.

‘செய்துருவாரு. அவருக்குத் தெரியாதவங்க யாரும் இல்லை. எப்படியாவது.’

முதல்ல இவனைப் பங்களூருக்கு அனுப்பணும்.’

‘இல்லை, இவனுக்கு ஒரு கல்யாணத்தைப் பண்ணி வெக்கறதா...’

‘டோன்ட் பி ரிடிக்யுலஸ். இவனுக்கு என்ன வயசு தெரியுமா. பத்தொம்பது.’

‘இல்லை, இருபது, இந்த மாசிக்கு இருபத்தொண்ணு.’

‘இருபத்தோரு வயசுக்கெல்லாம் கல்யாணம் பண்ற வயசா?’

திலீப் அவர்கள் வேறு யாரைப் பற்றியோ பேசிக் கொண்டிருப் பது போலத் தன் படுக்கையில் உட்கார்ந்து சார்லி பிரவுன் காமிக்ஸ் படித்துக்கொண்டிருந்தான்.

‘ஏ.கே.ஆர். பொண்ணு இவனுக்காகக் காத்திருக்கா. அவனுக்கு கல்யாணம் பண்ணி பொறுப்பு கொடுத்து, பிசினஸ்ல வுட்டுர்றது தான் உத்தமம்.’

‘அதைப்போல அழிவு நோக்கிய செயல் இருக்க முடியாது... இவனாவது பிசினசைப் பார்த்துக்கறதாவது. கஞ்சா அடிக்காம நாலு நாள் இருக்கப் பழகட்டும் முதல்ல. அவனைப் பெத்ததுக்கு எத்தனை பாக்கியம் பண்ணிருக்கோம்.’

‘டாடி, ஐ டோண்ட் ஸ்மோக் பாட்! சொன்னா நம்புங்க’ என்றான் எரிச்சலுடன் உரத்த குரலில்.

‘சும்ம்மா அதையே சொல்லிக்கிட்டு இருக்காதீங்க. என்ன பண்றது? பெத்தாச்சு. வளக்கத் தெரியாம வளத்தாச்சு. அதனால இப்ப எதையும் மாத்திர முடியாது. அடுத்து வர்றதை யோசிக்கத் தான் வேணும். குமாரசாமி என்ன ரொக்கம் கொடுக்கணும்ங் கறாரோ கொடுத்து அதை முதல்ல சரிக்கட்டலாம்.’

‘எனக்கென்னவோ இவன் ஜெயிலுக்குப் போறதுதான் நல்ல துன்னு தோணுது. நல்ல வக்கீலை வெச்சு கேசை வாதாடினா ரெண்டு மூணு வருஷத்தில வெளியே வந்துருவான்.’

‘போறேன், ஜெயிலுக்குப் போகணும்னா போறேன்!’

‘முதல்ல குமாரசாமி லஞ்ச ரூட்டை ட்ரை பண்ணட்டும்.’

‘சரி லஞ்சம் கொடுங்க’ என்றான் திலீப்.

ராமச்சந்திரன் மகனை ஆச்சரியமாகப் பார்த்தார்.

இவனால் எப்படி இப்படிப் பொறுப்பில்லாம இருக்க முடியறது! இவ்வளவு அலட்சியமா? அர்ரகன்ஸா? ‘அப்படியே உன்னை, உன்னை...’ என்று அவனை அடிக்கக் கை ஓங்கினார்.

மகன் அதை எதிர்ப்பார்வை பார்த்து, ‘அடிங்க, தடுக்க மாட்டேன்’ என்றான்.

‘உன்னை அடிச்சா எனக்குத்தான் கை வலிக்கும். அப்படி வளந்திருக்கே.’

‘பரவாயில்லை அடிங்க’ என்றான்.

அவன் அம்மா அவன் தலையில் நாலு தடவை நெத்தினாள்.

‘நாசமாப் போறவனே! கடன்காரா!’

அவன் சிரித்துக்கொண்டே அதை வாங்கிக்கொண்டான்.

‘சிரிக்கிறான் பாரு. வயிற்றில் நெருப்பை அள்ளிப் போட்டுட்டு.’

‘நான்தான் சொல்றனில்லை, அவன் என்னை அடிக்க வந்தான். திருப்பி அடிச்சேன். விழுந்துட்டான்னு.’

‘முதல்ல அங்க எதுக்குப் போகணும்?’ என்றான் ர்ரமச்சந்திரன்.

‘வீட்ல என்ன இருக்கு?’ என்றான்.

தாரிணி சண்டை விபரீதமாகும் என்பதைச் சட்டென உணர்ந்து, ‘நீங்க வாங்க, அப்புறம் பேசிக்கலாம்’ என்று அவரை வலுக் கட்டாயமாக முதுகில் தள்ளி அறையிலிருந்து வெளியே செலுத்தினாள்.

‘என்ன கேக்கறான் பாத்தியா? இந்த வீட்டில என்ன இல்லைடா?’ என்று முதுகுப் பக்கத்தில் கேட்டார்.

அவன் முணுமுணுப்பாகப் பதில் சொன்னது, நல்ல வேளை, காதில் விழவில்லை.

வெளியே வந்தபோது குமாரசாமி அடக்கமாக, ‘வுட்டுருங்க... இந்த வயசுக்காரங்ககூட எந்த விவாதத்திலயும் ஜெயிக்க முடியாது. சொன்னதையே சொல்லிக்கிட்டிருப்பாங்க.’

‘அவன் கேக்கற கேள்விங்களையெல்லாம் பாத்திங்களா குமார சாமி?’

‘அட வுட்டுருங்க.’

‘போன் மணி ஒலித்தபோது அதை எடுத்துப் பேசினார். அவருடைய பிசினஸ் பார்ட்னர் கரண் அமெரிக்கா போவதன் முன் அங்கிருந்து ஏதாவது வேண்டுமா என்று கேட்டார்.

‘சட்டுனு உயிர் போறாப்பல விஷம் வாங்கிட்டு வா கரண்’ என்றார் ராமச்சந்திரன்.

‘ராம், அவ்வளவு சுலபமா செத்துர்றதா. என்ன பிராப்ளம்?’

‘சன்தான். வேற என்ன?’

‘என்கூட நல்லாப் பேசுவான். ஒரு நா அனுப்புங்களேன்.’

‘அதெல்லாம் தாண்டிடுத்து. அப்புறம் பேசலாம் கரண். ஹேவ் எ நைஸ் ட்ரிப். எய்ட்டி வரைக்கும் போகலாம். என்ன... மெயிண்டனன்ஸ்ல எடுத்துரலாம்.’

தாரிணி அவர் புஜத்தருகில் வந்து, ‘எல்லார்கிட்டயும் இதைப் பறைசாற்ற வேண்டாம்’ என்றாள்.

5

கரண் ஏர்போர்ட் ட்ரான்சிட் லவுஞ்சிலிருந்து இலவச போன் செய்தார். 'ராம், உன் குரல்ல ரொம்ப ஏமாற்றமும் கவலையும் தெரிந்தது. என்ன ப்ராப்ளம் சன்கிட்ட? ஏதாவது ட்ரக்ஸா இல்லீகலா, இல்லை காதலா?'

'காதலா இருந்தாப் பரவாயில்லையே, எத்தையோ புடிச்சு கல்யாணம் கட்டிப் போட்டுட்டா, கட்டின பசுவாய்டுவான்.'

'அப்பன்னா மத்ததுல ஒண்ணா.'

'ரெண்டுமே.'

ராமச்சந்திரனுக்கு ஆஸ்துமா பம்ப் தேவையாக இருந்தது. ஒருமுறை வாய்க்குள் அதைக் கவ்வி நெஞ்சில் அடைப்பைத் துடைத்துக்கொண்டார்.

'கரண், அமெரிக்கா போற சமயத்தில உன்னைத் தொந்தரவு செய்யவேண்டாம்னு பார்த்தேன், சொல்றதை ரகசியமா வெச்சுக்க. திலீப் மெரீனா கடற்கரைல ஒரு ஆளை சாவடிச் சுட்டான். He was probably under the influence of drugs. தெரியலை சரியா. இப்ப போலீஸ்காரங்க லஞ்சம் கேக்கறாங்க. கொடுக்கலாமா வேண்டாமான்னு டைலம்மா.'

'கொடுத்தா உத்தரவாதமா காரியம் நடக்குமாமா?'

'அதெப்படிச் சொல்ல முடியும். குமாரசாமி கண்டுபிடிக்கிறேன்னிருக்கான்.'

'லஞ்சம் கேக்கறது யாரு?'

'ஒரு இன்ஸ்பெக்டர். மேலதிகாரிகளுக்கு அவன்தான் பைப் லைன் போல இருக்கு.'

'கொடுக்காட்டி என்ன ஆகும்?'

'என்ன ஆகும்? ஜெயிலுக்கு நிச்சயம் போவான். நியூஸ் பேப்பர்ல எல்லாம் தலைப்புச் செய்தி எரியும். 'பிரபல தொழிலதிபரின் மகன் கொலை வழக்கில்...' நான் வாழ்நாள் பூரா லாயர்ங்க பின்னால அலையணும்.'

'கம்பெனி பேர் கெட்டுப் போகும் ராம். கொஞ்சம் சிந்திக்க வேண்டிய விஷயம். நான் திரும்பி வர்றவரை இது தாங்குமா?'

'தெரியலையே, தினம் காலை மாலை போலீஸ்காரன் வந்துர்றான் செய்தித்தாள் மாதிரி.'

'திலீப் நல்ல பையனாச்சே.'

'நீதான் சொல்லணும். பிறந்ததிலிருந்தே ட்ரபிள்தான் அவனால.'

'ராம், சமாசாரம் யார் யாருக்குத் தெரியும்?'

'தாரிணிக்குத் தெரியும். குமாரசாமிக்குத் தெரியும். என் பொண்ணு பிக்கிக்குத் தெரியும். கூட இருந்த ரெண்டு மூணு பசங்க....'

'இனிமே யாருக்கும் தெரியப்படுத்தாதே. ஒரு காரியம் செய். ஒரு நம்பர் சொல்றேன். அதில கணேஷ்னு எனக்குத் தெரிஞ்ச லாயர் ஃப்ரெண்டு. உனக்குத் தெரிஞ்சிருக்குமே. ஃபேமஸ் லாயர். என் பேர் சொல்லு. அவரைப் போய்ப் பாரு. இல்லை கார் அனுப்பிச்சு கூட்டிவா. யாருக்கும் தெரியாம மனைவிக்குக்கூடத் தெரியாம... முடிஞ்சா ஃப்ளைட்டைப் புடிக்கறதுக்கு முன்னாடி கணேஷை

கூப்ட்டுப் பார்க்கறேன்.'

'அவரை என்ன கேக்கணும்?'

'போலீஸ்ல பணம் கொடுத்தா காரியம் ஆகுமான்னு விசாரிச்சு க்ளியரன்ஸ் கொடுக்கச் சொல்லு. அதுக்கப்புறம் பணம் கொடு.'

'காரியம் ஆகாதுன்னு சொன்னா?'

'ஏன் எல்லா பிரச்னைகளையும் இப்பவே எதிர்பார்க்கறே? கணேஷ் கிடைக்கிறது கஷ்டம். ஆனா அருமையான லாயர். அவனுக்கு இப்ப ஏகப்பட்ட அசிஸ்டண்ட்ஸ். அதில வஸந்த்னு ஒருத்தனை அனுப்பிச்சாலும் சரி... கத்துக்குட்டி லாயர்களை அனுப்ச்சா ஒப்புத்துக்காதே என்ன? ஆல் தி பெஸ்ட் ராம். டோண்ட் ஒர்ரி. கடவுள் காப்பாத்துவார்.

ராமச்சந்திரன் விரக்தியாகச் சிரித்தார். 'கடவுள் காப்பாத்தறதா இருந்தா என் மகனை அந்தப் பழக்கத்தில் இருந்துன்னா காப்பாத்தியிருக்கணும். இப்ப காப்பாத்தி என்ன ப்ரயோசனம். என்னவோ போ கரண், ஒண்ணும் சரியில்லை. இந்த வருஷமே சரியில்லை. ஜி.டி.ஆர். இஷ்யு நாம் எதிர்பார்த்த இன்வெஸ்ட் மெண்ட் வரலை. ஷேர்ஹோல்டர்ஸ் குடையறாங்க. இந்த எக்ஸைஸ் கேஸ் வேற; எல்லாத்தையும் விட்டுட்டு பேசாம சதுரங்கப் பட்டணத்துக்கு திரும்பிரலாமான்னு...'

'அதெல்லாம் நான் பார்த்துக்கறேன். நீ இதைக் கவனி. எழுதிக் கிறியா, கணேஷ் அன்லிஸ்டட் நம்பர்.'

போனை வைத்ததும் கரண் சொன்ன நம்பருக்குச் செய்தபோது மெஷின் பதில் சொன்னது. 'நீங்கள் கணேஷின் நம்பரை அடைந் திருக்கிறீர்கள். இந்தச் சமயத்தில் நான் இல்லை. மன்னிக்கவும். பீப் கேட்டவுடன் உங்கள் செய்தியைத் தெரிவிக்கவும். நம்பரை விட்டுவைக்கவும். கூடிய விரைவில் உங்களை அழைக்கிறேன்.'

ராமச்சந்திரன் போனை வைத்துச் சற்று நேரம் வெற்றுப் பார்வை பார்த்தார். தாரிணி அருகில் வந்து படுக்கையில் அமர்ந்தாள்.

'எதுக்கு மன்றாடணும். பேசாம போலீசு செய்யறதை செய்துக் கட்டும். அவன் ஜெயிலுக்குப் போகட்டும். அப்பதான் புத்தி வரும்.'

‘தாரிணி, ஒரு ஒரு சமயத்தில ஒண்ணு ஒண்ணு சொல்ற. நீ நிசமாவே இதை உணர்ந்துதான் சொல்றியா.’

‘என்ன செய்யறதுன்னே புரியலைங்க. எப்படீங்க, சரியா வளர்த்த பிள்ளை இப்படி ஆகும்னு புரியவே இல்லையே.’

‘இதெல்லாம் இப்பப் புரிஞ்சுக்க முயற்சி பண்றதில் அர்த்தமே இல்லை. என்ன பண்றான்?’

‘தூங்கறான் நிம்மதியா, கவலையில்லாம.’

‘பயமும் இல்லை.’

‘இப்படியே விட்டா சாமியாராப் போய்டுவான்.’

‘அதுக்குள்ள செத்துப் போயிருவான்.’

‘அப்படிப் பேசாதீங்க. கரண் என்ன சொல்றார். போகாத ஊருக்கு வழி சொல்வாரே?’ அவளுக்கு கரணைப் பிடிக்காது.

‘ஒரு லாயர் நம்பர் கொடுத்திருக்கான், கணேஷ்னு.’

‘கேட்ட பேரா இருக்குது.’

‘காசு கொடுத்தா காரியம் ஆகுமான்னு சொல்வாராம். அதை நீ யார் கிட்டயும் சொல்லாதே. ஒரு வாரத்துக்குச் சும்மா இரு என்ன? உங்கிட்டக் கூடச் சொல்லியிருக்கக்கூடாது!’

ராமச்சந்திரன் கபோர்ட்டுக்குப் போய் ஒரு பச்சை பாட்டிலிருந்து சட்டென்று ஸ்காட்ச் ஊற்றிக் கொள்ள,

‘வேண்டாங்க, ஏற்கனவே மூச்சு வாங்குது உங்களுக்கு.’

‘மயிரே போச்சு. இருந்தா என்ன, செத்தா என்ன. புள்ளைங்க சரியில்லைன்னா...’ என்று மடக்கென்று அதை விழுங்க அந்தத் திரவம் அவருள் பட்டாசுச் சரம் போல இறங்கியது.

‘ஏதாவது மியூசிக் போடு’ என்றார். தாரிணி காஸட்டை நாட, போன் ஒலித்தது.

எடுத்தபோது, ‘மிஸ்டர் ராமச்சந்திரன்?’

‘பேசறேன்.’

'என் பேர் கணேஷ். இப்பதான் கரண் போன் செய்தார் ஏர் போர்ட்டிலிருந்து. என்ன ப்ராப்ளம்?'

'கணேஷ், உங்களைப்பத்தி கரண் நிறையச் சொன்னான். உடனே வர முடியுமா?'

'இப்பவா?'

'ஆமாம். இப்ப.'

'ராத்திரிக்குள்ள ஒண்ணும் ஆகாதுங்க அன்லஸ்... என்ன விஷயம் சுருக்கமாச் சொல்லுங்க.'

'என் பையன் மூணு நாள் முன்னால மெரினால ஒருத்தனை சண்டைல சாகடிச்சுட்டான். போலீஸ்காரங்க லஞ்சம் கேக்க றாங்க.'

'ஐ ஸீ! கொடுக்கப் போறீங்களா?'

'இன்னும் சொல்லலை. ஆனா கொடுக்கலாமா வேணாமான்னு தீர்மானிக்கவே உதவி தேவையிருக்கு வரிங்களா?'

'இப்ப கொஞ்சம் லேட்டு... எப்.ஐ.ஆர். பதிவு செய்திருக்காங் களா?'

'கார் அனுப்பட்டுமா?'

'ஐ ஹவ் எ கார். வேண்டாம். காலைல முதல் காரியமா என் அசிஸ்டண்ட் வஸந்தை அனுப்பறேன். அவன்கிட்ட விவரமாச் சொல்லுங்க. உங்க சன் கூட இருக்காரா?'

'ஆமாம்.'

'பேசலாமா?'

'இப்பவா?'

'இப்ப.'

'தூங்கறான்.'

சற்று நேரம் மௌனத்துக்குப் பிறகு 'ஆல்ரைட், காலைல பார்க்கலாம். அதுக்கு முன்ன போலீஸ்காரங்க யாராவது அணு

கினா எத்தனை லஞ்சம் கேக்கறாங்கன்னு விசாரிச்சு வையுங்க. கொடுக்காதீங்க. அமௌண்டைத் தெரிஞ்சுக்கணும். எப்படிக் கொடுக்கணும்னும் தெரிஞ்சுக்கணும்.'

'சரி.'

'குட் நைட்.'

'குட் நைட் கணேஷ். உங்ககிட்ட ஒப்படைச்சாச்சுன்னா நிம்மதி தானே இனிமே?'

'இல்லை சார். அத்தனை உத்தரவாதமில்லை. You are in trouble. காலைல சரியா என்ன செய்யறதுன்னு சொல்றனே. சட்டத்தை மீறாம... குட் நைட் சார்.'

அவர் முகத்தையே பார்த்துக்கொண்டிருந்த தாரிணி, 'என்ன சொல்றார் லாயர்?'

'காலைல சொல்றானாம். என்னமோ வினோதமாப் பேசறான். அடியைப் புடிடான்னு ஆரம்பிக்கணும். அவன் அசிஸ்டண்ட் வரான் வஸந்த்னு. நான் எழுந்திருக்கலைன்னா நீ வந்து என்னை எழுப்பு.'

'சரிங்க.'

அவர் தூங்குவதற்குமுன் படுக்கையறை வாசலில் திலீப் நின்று கொண்டிருந்தான்.

'அப்பா, உங்க கூடப் பேசணும்' என்றான்.

'திலீப், உனக்கு உடம்பு சரியில்லை. இப்ப யார் வரச் சொன்னது?'

'சும்மாருங்கம்மா, அப்பாகூடப் பேசணும்.'

'என்ன?' என்றார் விரோதமாக.

'எனக்குப் பணம் வேணும்.'

'எதுக்கு?'

'கோவா போகணும், ஃப்ரெண்ட்ஸ்ங்ககூட.'

ராமச்சந்திரன் கையில் இருந்த ஸ்காச்ட் டம்ளரை அவன் மேல்

வீசி எறிந்தார்.

'தாளி இங்க எப்படி உன்னை தூக்குமேடையிலிருந்து காப்பாத்தற துன்னு நடுராத்திரியில அல்லாடிக்கிட்டிருக்கேன். கோவா போறா னாம் கோவா!'

'எதுக்கு டென்ஷன் பண்ணறீங்க டாட். எனக்கு ஏதும் ஆகாது. ஜெயிலுக்கு போறதுன்னா போறேன்!'

'நீ எங்கயும் ஊரைவிட்டுப் போகக்கூடாதுன்னு இன்ஸ்பெக்டர் சொல்லியிருக்கார்.'

'அவனைத்தான் கணக்கு பண்ணப் போறீங்களே.'

'இல்லை! கேட்டுக்கோ. யாருக்கும் நாங்க பணம் கொடுக்கப் போறதில்லை.'

'அம்ம்மா... என்ன இது!'

'திலீப், எல்லாம் காலைல பேசிக்கலாம்.'

'அடுத்தமுறை இந்த மாதிரி தம்ளரை எறியாதீங்க. மண்டைல பட்டுதுன்னா? திருப்பி ஒண்ணு விட்டான்னா ஆஸ்பத்திரி போக வேண்டி வரும்னு சொல்லிடும்மா பெரியவர்கிட்ட' என்று சென்றான்.

'என்ன பேசறான் பாரு. அவன் தள்ளாடறதைப் பாத்தியில்ல?'

தாரிணி அவரை உட்காரவைத்து, 'நான் என்னங்க பண்ண முடியும். திருத்த வேண்டியத நீங்க திருத்தலை. ஜப்பான் கொரியான்னு வருஷம் பூரா அலைஞ்சுட்டு இருந்திங்க. அந்த அலைச்சலுக்கெல்லாம் சேர்த்து வைச்சு இப்ப வெலை கொடுத்துகிட்டு இருக்கோம்!'

ராமச்சந்திரன் மீண்டும் பச்சை பாட்டிலை நாடினார்.

6

ஏ.கே. ராஜரத்தினம் (ராமச்சந்திர னுக்கு தூரத்து உறவு) அவர் மகள் சரண்யாவிடம் செல்போனைக் கொடுத்து, 'சாரு, தாரிணி ஆண்ட்டி கூப்பிடுறாங்க' என்றார். சரண்யா போனில், 'வணக்கம் தாரிணி ஆண்ட்டி.'

'நீ வணக்கம்னு சொல்றது எனக்கு நிறைவா இருக்குதும்மா எங்க வீட்டு மருமகளே.'

'போங்க ஆண்ட்டி, கேலி பண்ணாதீங்க.'

'நீ ஏன் வந்து பார்க்கவே இல்லைன்னு திலீப் கேட்டுக்கிட்டே இருக்கான்.'

'காலேஜ் இருந்திச்சு ஆண்ட்டி. ப்ராக்டிஸ் இருந்திச்சு.'

'எப்ப வரே சாரு. திலீப் ரொம்ப டிப்ரெஸ்டா இருக்கான். எதாவது தமாஷா பேசி நீ வந்தாலே கொஞ்சம் உற்சாகமாயிருவான். வரியா சாரு? கார் அனுப்பட்டுமா.'

'சாயங்காலம் வரேன் ஆண்ட்டி. திலிப் கூட பேசலாமா?'

கொஞ்சம் உடம்பு சரியில்லை. நீ நேர வாயேன்.'

'சரி ஆண்ட்டி.'

சரண்யா போனை வைத்தாள். அவள் திலீப்புக்கு சம உயரம் இருப்பாள். பூசின தேகம், முதல் பிரசவத்திலேயே மாமியாகி விடுவாள் என எச்சரித்தது. எடையையும் இடையையும் கவனிக்கவில்லை என்றால் பருத்துவிடுவாள். ஆனால் குழந்தை முகம். அவளுக்கு நாய்க் குட்டி, பூனைக் குட்டி, ஏன் - எலி, அணில்கள் எல்லாம் பிடிக்கும். கர்நாடக சங்கீதம் கேட்பாள். லூயி கரோல் படிப்பாள். துப்பறியும் நாவல்களை வெறுத்து ஜேன் ஆஸ்டன் படிப்பாள். திலீப்பைச் சின்ன வயசிலிருந்து குடும்பத்துப் பொதுக் கல்யாணங்களிலும் அவ்வப்போது விஜயப் பரிமாற்றத்திலும் சந்தித்து இருவருக்கும் கல்யாணம் என்கிற மறைமுகத் தீர்மானத்தின் லேசான பிரக்ஞை அவர்களுக்குள் இருந்தது. திலீப், தன் தங்கை இல்லாதபோது ஒரு முறை அவளை முத்தமிட முயற்சித்ததைச் சாமர்த்தியமாகத் தடுத்திருக்கிறாள். கோபித்துக்கொண்டு ஒரு மாதம் பேசாமல் இருந்தாள். இருந்தும் திலீப்பின்பால் அவளுக்கு ஈடுபாடு இருப்பது உண்மையே.

சரண்யா தனக்கு அன்று மாலை நிகழப்போவது தெரியாமல் திலீப்பைச் சந்திக்க ஒப்புக்கொண்டாள்.

குமாரசாமி, இன்ஸ்பெக்டர் கதிர்வேலனைச் சந்திக்க கோட்டூர்புரத்தில் கொடுத்த விலாசத்தைத் தேடிச் சென்றான். பாதை சடக்கென்று திரும்புவதற்குமுன் பாலத்தை அடுத்த கோவிலுக்கு அருகில் இருந்த சந்தில் இருந்த வீட்டுக்குச் சென்றான். கதவு மணியை அழுத்தியபோது உள்ளே சன் டிவி பர்ர்ர் என்று எதிர்ப்பு தெரிவித்தது. பக்கவாட்டில் இருந்த தாற்காலிக ஷெட்டில், லுங்கியில், மோட்டார் சைக்கிளைத் துடைத்துக்கொண்டிருந்த இன்ஸ்பெக்டர் கதிர்வேலனை முதலில் குமாரசாமிக்கு அடையாளம் தெரியவில்லை. கதிர்வேல னுக்குச் சிரமம் இருக்கவில்லை.

'வாங்க குமாரசாமி, பேசிட்டிங்களா?'

'ஆச்சு.'

'வாங்க மாடிக்கு போவம்.'

மாடியில் பாய்போட்டு ஒரு பெண் சுருதிப்பெட்டியுடன் சங்கீதம் கற்றுக்கொண்டிருந்தாள். கண் சாடையில் அவளை அனுப்பி விட்டுக் கதவைச் சாத்திக்கொண்டார் கதிர்வேலன்.

ஆஸ்பெஸ்டாஸ் மேற்கூரை தெரியாமல் மறைந்திருந்த உத்தரத்தில் மின்விசிறி தொங்கியது. சுவரில் நாலாபக்கமும் சொந்தக்காரரின் நம்பிக்கைகளை பரிச்சயம் காணமுடியாதபடி அத்தனை தலைவர்கள் படமும் இருந்தன. பெரியார், அண்ணா, ராஜாஜி, திரு.வி.க., லெனின், விண்ட்சர் கோமகன்...

'என்ன பாக்கறிங்க. எல்லாம் எங்க அண்ணனுது. இது அவரு வீடுதான். போனது அண்ணன் மக. எனக்கு இன்னும் கல்யாணம் ஆவலை. பணம் சேத்து வசதியா ஒரு ஃப்ளாட்டாவது வாங்கிட்டுப் பண்ணிக்கப் போறேன். அதுக்குத்தான் இத்தனை அல்லாட்டம்.'

குமாரசாமி சுற்றிலும் நோக்கினான். ஒரு ஜப்பானிய ஏசி உறை பிரிக்காமல் ஓரத்தில் இருந்தது.'

'என்ன சொன்னார் மிஸ்டர் ராமச்சந்திரன்?'

'தரேங்கறாரு. முதல்ல எமவுண்ட் எவ்வளவுதான் தெரியணும்.'

'சொன்னேனே'

'சொல்லலைங்க.'

'ரெண்டு தவணையா பன்னண்டு பன்னண்டு.'

'லட்சம்?'

'ஆமா.'

'அதாவது மொத்தம் இருபத்து நாலு.'

'அவ்வளவுதான்.'

'எப்படி ட்ராப்டாவா?'

'விளையாடறிங்களா? கேஷா.'

'அவ்வளவு கேஷ் கலெக்ட் பண்றது ரொம்...பக் கஷ்டங்க.'

'உங்க அய்யா பணக்காரர்னு கேள்விப்பட்டிருக்கேன்.'

‘பணக்காரர்தான். அவர்கிட்ட இருக்கிற எல்லாச் சொத்தும் யூனிட்டுங்க, ஐ.வி.பி.ங்க, ஷேர் சர்டிபிகேட்... எல்லாமே வொய்ட்லதான். இந்திரா விகாஸ் பத்திரமா வாங்கிப்பீங்களா? ஏறக்குறைய கேஷ் மாதிரிதான்.’

‘கையெழுத்துப் போடற எந்தச் சமாச்சாரமும் கூடாது குமாரசாமி. அத என்ன செய்வீங்களோ, ட்ரா பண்ணி முதல் தவணையை ரெண்டு நாள்ள கொடுத்துருங்க. கமிஷனர் ஆபீஸ்லருந்து கேஸ் என்னாச்சுன்னு போன் வந்துகிட்டே இருக்குது. ஜூவி பார்த்திங்கல்ல. அதிலகூட இந்த கேசைப்பத்தி போடப் போறாங்களாம். வார இறுதிக்குள்ள அரஸ்ட் பண்ணறதாச் சொல்லியிருக்கோம்.’

‘எப்படி அதைச் சமாளிப்பிங்க.’

‘எவ்வளவோ முறை இருக்கு. பாடி ஐடில குழப்பமாயிருச்சுன்னு தாமதிக்கலாம். இறந்தது யாருன்னு நல்லாவே தெரியும்னாலும் ப்ரொசிஜர்ல எவ்வளவோ சிக்கல்கள் கொண்டு வரலாம். இறந்தவன் பேரு அஜய்குமார். சிந்திக்காரப் பையன். அந்த...’

‘சரி, எமவுண்ட் கொடுக்கறம்னே வெச்சுக்கங்க. உங்களால என்ன செய்ய முடியும்னு எஜமானரு கேக்கறாரு. உத்தரவாதமா கேஸ் விசாரணை நம்ம பேர்ல வராம இருக்குமா?’

‘என்ன இப்படிச் சொல்றிங்க. பையன் மேல அரஸ்ட் வாரண்ட் வெச்சிருக்கேன். காட்டட்டுமா. அதை ரத்து செய்யணும் முதல்ல. உத்தரவாதமா. அதுக்கு நீங்க வேணா ஒண்ணு செய்யுங்க. நியூஸ் பேப்பர்ல அல்லது டிப்பார்ட்மெண்ட்ல எப்.ஐ.ஆர். மேல நாங்க எடுத்த ஆக்ஷன் ரிப்போர்ட்டைப் பார்த்துட்டு, கேசு க்ளோஸ் ஆனதைப் பார்த்துட்டு இரண்டாவது பேமெண்ட் பண்ணுங்க. ஆனா முதல்தை இப்பவே கொடுத்தாகணும்.’

‘இதுவே அதிக தொகையாச்சே. கலெக்ஷன் பண்றதுக்கே நாலு நாளாகுமே.’

அவர் புருவங்கள் சுருங்கின. ‘உங்க பையன் உசிருக்கு இது அதிகமா, சொல்லுங்க? நாலு நாளெல்லாம் என்னால வெய்ட் பண்ணமுடியாது. நான் போன் பண்ணிடறேங்க.’

‘இருங்க.’

‘பணம் யாருக்குப் போவுதுங்கறிங்க, எனக்கா? ஹ? எனக்கு பத்துல ஒரு பாகம் வந்தாச் சரி. மொத்தமா எனக்கு மேல் பத்து ஆபீசர்ங்க இருக்காங்க. அவங்களுக்கெல்லாம்தாங்க போவுது. நான் செய்யறது போஸ்ட் ஆபீஸ் வேலை. அந்தப் பையன்மேல எல்லா சாட்சியமும் வலுவா இருக்குது. சந்தேகத்தின் பேர்ல கேள்வி கேக்காம கைது பண்ணி போலீஸ் கஸ்டடில வெச்ச ஜுடீஷியல் கஸ்டடிக்கு மாத்திரலாம்.’

‘எனக்கு ஒரு சந்தேகம்’ என்றார் குமாரசாமி.’

‘கேளுங்க.’

‘எனக்கு ஒரு சந்தேகம் சார்’ என்றான் வஸந்த். ‘நான் என்ன செய்யணும்?’

ராமச்சந்திரன் வீட்டின் ஆபீஸ் முன்னறையில் அவருக்கு எதிராக வஸந்த் உட்கார்ந்திருந்தான். முகத்தில் ஒரு பரபரப்பு காணப் பட்டது. கண்கள் அடிக்கடி எதைத் தேடி அலைகின்றன என்று சொல்வது சிரமமாக இருந்தது.

‘யங்கா இருங்கீங்களே.’

‘நரைமுடியெல்லாம் ஒளிச்சு வெச்சிருக்கேங்க. வக்கீலுங்க கொஞ்சம் ஓல்டு கெட்அப்ல தெரிஞ்சாதான் நம்பிக்கை வரும்னு கணேஷ் சொல்வாரு. அதான் இப்பல்லாம் தலைவார ஆரம்பிச் சேன். அதிலயே அஞ்சு வயசு கூடுது.’

‘வஸந்த், நீங்க செய்யவேண்டிய ஒரே ஒரு காரியம் பணம் கொடுக்கலாமா வேண்டாமாங்கறதுதான். குமாரசாமி போயிருக் கான். எத்தனைங்கறதை போன் பண்ணிச் சொல்வான். கொடுத்தா காரியம் நடக்குமா?

‘அதுக்கு என் உதவியே வேண்டாங்க. காரியம் நிச்சயம் நடக்கும். லஞ்சம்ங்கறது அவ்வளவு உபயோகமான வஸ்து. இந்தியாவில அதுக்கு மட்டும் நியாயத்துக்குக் கட்டுப்பட்டவங்க. பணம் கொடுத்தா காரியம் நிச்சயம் நடக்கும்.’

போன் ஒலித்தது.

அதை எடுத்து ‘என்ன குமாரசாமி?’ கொஞ்ச நேரம் கேட்டுக் கொண்டிருந்தார். வஸந்த் சுற்றிலும் பார்த்தான். அனாவசிய

அலங்காரங்கள் நிறைந்திருந்தன. செல்வச் சிறப்பில் வழியும் பிரதேசம். டோஜோ வந்து ஒரு முறை வாசனை பார்த்தது.

வஸந்த் கால்களை சோபாவில் உயர்த்திக்கொண்டு 'கடிக்குங் களா?'

'கடிக்காது.'

'அது நாய்க்குத் தெரியுமா? பேர் என்னங்க?'

'டோஜோ...'

'டோஜோ, என்னைக் கடிக்கிறதில ஏதும் உனக்குப் பயன் இல்லை. டேஸ்ட்டே கிடையாது.'

டோஜோ புரிந்ததுபோல வாலாட்டியது. வேலைக்காரர் கொண்டுவந்த பிஸ்கட்டை வஸந்த் ஜாக்கிரதையாக அதைப் பார்த்துக்கொண்டே கடித்தான்.

போனை வைத்ததும், 'இருபத்திநாலு கேக்கறாங்க கேஷா.'

'பரவாயில்லைங்க. அதாங்க தற்போதைக்கு ரேட்டு. இருக்கற வெலைவாசியில.'

'சே, என்ன தேசம்பா!'

'கொடுக்கப்போறிங்களா?'

'வேற வழி இருக்குதா?'

'இருக்குது. ஒண்ணு செய்யுங்க. பையனை அரஸ்ட் பண்ணட் டும். மெட்ராபாலிட்டன் மேஜிஸ்ட்ரேட் கோர்ட்லதான் முதல்ல எடுத்துப்பாங்க. அங்க போய் வாதாடி சந்தேகத்தைக் கிளப்பிற லாம் பிரிலிமினரியிலயே.'

'பையன் ஜெயிலுக்குப் போகவேண்டி வருமா?'

'கொஞ்ச நாளைக்குப் போகட்டுமே, அதனால அவனுக்கு நல்லதுகூட நடக்கலாம். விவேகானந்தர், ராமகிருஷ்ணர்னு புத்தகம் எல்லாம் கொடுப்பாங்க.'

'வேண்டாம் வஸந்த். ஸ்காண்டல் பெரிசாயிருச்சுன்னா எங்க கம்பெனியைப் பாதிக்கும். யுரோ இஷ்யூ இருக்கிற சமயத்தில் கம்பெனி தாங்காது. ஷேர்ஸ் விழுந்துரும். உங்களுக்கே

தெரியும். டோஜோ தும்மினாக்கூட எங்க ஷேர் விழும். பைத்தியக்கார மார்க்கெட் இந்த ஷேர் மார்க்கெட்.'

'கொடுக்கறதா இருந்தா எனக்கு வேலை இல்லைங்க.'

'இருக்குது. கொடுக்கற பொறுப்பை நீங்க எடுத்துக்கிட்டு...'

'இல்லைங்க, நான் லாயர். கூரியர் இல்லை. இன்ஸ்பெக்டர் பேரு என்ன?'

'கதிர்வேலன். ரெண்டு தவணையா கேக்கறாராம். காரியம் முடிஞ்ச உடன் ரெண்டாவது தவணையைக் கொடுத்தா போதுமாம்.'

'கொடுத்துருங்க. இந்தச் சூழ்நிலையில் ரிஸ்க் எடுத்துத்தான் ஆகணும். பன்னிரண்டு லட்சம் உங்களுக்குப் பெரிசில்லையே.'

'இல்லை. எங்க ஆட் பட்ஜெட்டே மூணு கோடி.'

'அப்பக் கொடுத்துருங்க.'

'உங்க சீனியர் கணேஷும் இதைத்தான் சொல்றாரா?'

'நான் போய் அவரை ப்ரீஃப் பண்ணணும். ஒண்ணு வேணாச் செய்யுங்க. ஒரு வாரம் டயம் கேளுங்க. கதிர்வேலன் தனியா இயங்கறாரா, பணம் மேல போவுதான்னு என்னால கண்டு பிடிக்க முடியும்.'

'அதுக்குள்ள அவர் அவசரப்பட்டுட்டா?'

'கவலையே படாதீங்க. லஞ்சம் கேட்டாச்சில்லை. இன்னும் மூணு முறையாவது அணுகுவாங்க. ஏலம் போடற மாதிரி, ஒரு தரம் ரெண்டு தரம்னு.'

அப்போது திலீப் மாடியிலிருந்து உள்ளே வந்தான். 'டாட், பணம் கேட்டேனே.'

'மீட் வஸந்த், லாயர், உன்னை இவர்தான்....'

'டாடி, பணம் கேட்டேனே' என்றவன் வஸந்தை ஏறிட்டுக் கூடப் பார்க்காமல்.

'ஓ! இவர்தானா கதாநாயகன்!'

7

'இவர்தான் கதாநாயகனா?' என்று வஸந்த் கேட்டது திலீப்புக்கு எந்தவிதச் சலனத்தையும் ஏற்படுத்தவில்லை. வஸந்தை ஒரு முறை பார்த்தான். அவ்வளவுதான். நீ வேறு உலகம், நான் வேறு உலகம் என்று சொல்லும் பார்வை.

'திலீப், இவர்தான் முக்கியமான ஆசாமி. நம்ம லாயர். இவர்கிட்ட நீ எல்லா விவரங்களையும் சொல்லியே ஆகணும்.'

'அதான் பணம் கொடுக்கப்போறீங்கல்ல. எதுக்கு விவரம்?' என்றான். 'எங்கப்பா அனாவசியத்துக்குப் போட்டு மேட்டரைக் குழப்பிக்கிட்டு இருக்காரு. நான் அவனைக் கொல்லலை. பீச்ல சண்டைக்கு வந்தபோது தற்காப்புக்காக டயர் லீவரால ஒரு அடி அடிச்சேன். பொசுக்குனு விழுந்துட்டான். அது கொலையா?'

'இதுக்குப் பேர் மேன்ஸ்லாட்டர்.'

'ஃபக் யு'ர் மேன்ஸ்லாட்டர்' என்றான்.

'திலீப்!' என்ற அப்பா அதட்டி அவன் கன்னத்தில் அறைய அதைத் தடுத்தான். 'இதான் சார் ரெண்டு பேருக்குள்ள ப்ராப்ளம். கை நீட்டி அடிப்பாரு இந்த வயசில.'

'என்ன மாதிரி பேசணும்னு தெரிய வேண்டாம்! தடிமாடு!'

'இருக்கட்டும் ஸார். நான் வாழ்க்கைல எத்தனையோ நாலெழுத்து வார்த்தை கேட்டிருக்கேன். இந்தாளுக்கு மேல ப்ரயோகம் பண்ணமுடியும். திலீப், யு ஆர் அப் யுர் ஆஸ் இன் ஷிட் க்ரீக் மேன்' என்றான்.

திலீப் ஸ்தம்பித்து நின்றான்.

'எந்தப் பாஷையும் பேச வரும் சார் எனக்கு. திலீப், பாரு நீயா உன் கழுத்தை தூக்குல மாட்டிக்க விரும்பினா ஆட்சேபணை இல்லை. உங்கப்பா ஒழிஞ்சது பிரச்னைன்னு யாரையாவது தத்து எடுத்து வளர்ப்பார். ஹி இஸ் ஃபெட் அப். அவருக்கு நீ உண்டாக்கின மனவேதனைல மனம் மட்டும் இல்லை, அவர் பிசினஸூம் உடையுது. என்னதான் பண்ணுவார்? அதனால நீ ஒழுங்கா ஒத்துழைச்சு வக்கீல் கேக்கற கேள்விக்கெல்லாம் பதில் சரியாச் சொன்னா உன்னை ஜெயிலுக்குப் போகாமக் காப்பாத்த முடியும். இல்லைன்னா இப்பவே நான் புறப்பட்டுப் போயிர்றேன். ரெண்டு பேர் டயத்தையும் வேஸ்ட் பண்ணாம!'

வஸந்த் தன் கருப்புக் கண்ணாடியை எடுத்துத் துடைத்து அணிந்து கொண்டு புறப்பட்டான்.

'அங்கிள் நில்லுங்க!'

'என் பேர் அங்கிள் இல்லை, வஸந்த்!'

'மிஸ்டர் வஸந்த்.'

'வெறும் வஸந்த் போதும்.'

'நான் என்ன செய்யணும்?' என்றான் இருமிக்கொண்டே.

'நடந்ததை விவரமாச் சொல்லணும்.'

'சொல்லியாச்சே.'

'இது வேறவிதமாச் சொல்லணும். சார், நீங்க ஒண்ணு மட்டும் கேட்டுக்கங்க. அந்த இன்ஸ்பெக்டர் உங்களை அணுகினா,

174-இன் கீழ் எஃப்.ஐ.ஆர். பதிவு செய்திருக்காங்களான்னு கண்டுபிடிங்க...'

'தெரியாதுப்பா, குமாரசாமியைக் கேட்கணும்.'

'மறுபடி குமாரசாமியா? உங்க வேலையைப் பாருங்க. இந்தச் சுவாரசியமான இளைஞனுடன் ஒரு மணி நேரம் செலவழிச்சுட்டு உங்களை வந்து பார்க்கறேன்' என்றான் வஸந்த்.

வஸந்தும் திலீப்பும் தோட்டத்தில் உட்கார டோஜோ பந்து எடுத்துக்கொண்டு வந்து கொடுத்தது.

'என்ன சிகரெட் குடிக்கறே?'

'பென்சன்.'

'எனக்கு ஒண்ணு கொடு.'

'நீங்க குடிப்பிங்களா?'

'பென்சன் எட்ஜஸ்னா குடிப்பேன். ரொம்ப மைல்டு.'

'நீங்க ஒரு எக்ஸ்ப்ரஷன் யூஸ் பண்ணீங்களே, ஜோசப் ஹெல்லர் தானே?'

'ஆமாம், கேட்ச் 22. நீ அதெல்லாம் படிப்பியா?'

'வானகட், பிலிப் ராத் எல்லாம்.'

'பின்ன ஏன்?'

'கேக்காதிங்க. என்னை யாரும் இதுவரை புரிஞ்சுக்கலை.'

'எல்லா இளைஞர்களும் சொல்றது. யு ஸ்மோக் பாட் திலீப்?'

'ஆமாம். நீங்க?'

'எப்பவாவது. என்ன, எங்க கிடைக்குது?'

'ராயபுரத்தில ஒரு நம்பகமான கடை இருக்கு. ஆனா நான் அதிகம் எடுத்துக்கறதில்லை. ராஷஸ் வருது.'

'நல்லதாப் போச்சு. அன்னிக்கு என்னதான் நடந்தது திலீப்?'

'என்ன ஆச்சுன்னா வஸந்த், நானு, நரசி, நட்டு, விஜி நாலு பேரும் ஜென்னை எடுத்துகிட்டு போனமா. இவங்க கோக் உறிஞ்சி

னாங்க. நான் சும்மாத்தான் பியர அடிச்சுட்டு ஸ்மோக் பண்ணிட்டு குட்டிங்களை ஒரு பார்ட்டிக்குத் தெலுங்கு காரன்ட்ட சொல்லி வச்சிருந்தோம்.'

'என்ன ரேட்டு?'

'இண்டர்நேஷனல் ரேட் தௌசண்ட் பர் டே கொண்டுவிட்டு கொண்டு வரணும். அவ்வளவுதான்.'

'கேரளாவா?'

'எந்த மாநிலம்னு ஸ்பெசிஃபை பண்ணலாம். நான் தமிழ்ப் பொண்ணுங்கதான் ப்ரிஃபர் பண்றது. மீன் வறுவல் வாங்கிக் கொடுத்தா கவிதை எல்லாம் சொல்லும்.'

'நாடு வாழ்க.'

'வஸந்த், உங்களுக்கு இதெல்லாம் பரிச்சயம்போல.'

'எல்லாம் பார்த்தவன்தாம்பா. அப்பல்லாம் சைனா பஜார்ல ஒரு பொடி கெடைக்கும் பார். பேரு கமலா. உருட்டி உறிஞ்சினா இன்ஸ்டண்ட் ஹை. பொண் வந்ததா?'

'இல்லை, அதுக்குள்ள முரளின்னு என் ப்ரண்டுமாதிரி ஒருத்தன் சுமோல வந்தான். அதிலதான் ஏமாந்துட்டம். அதே பச்சை கலர் சுமோ. அவன் பின்னாடி ஒண்ணு ரெண்டு ஸ்னாப் எடுக்கலாம்னு கேமராவை எடுத்துகிட்டு போனனா?

'எடுத்தியா?'

'நட்டுதான் எடுத்தான்னு நினைக்கிறேன். அதுக்குள்ள என்ன ஆச்சு. ஆள் மாறாட்டம். அவன் முரளியே இல்லை. கடுப்பா யிட்டான். நேரா என்னை வந்து தாக்கிட்டான்.'

'கூட யார் இருந்தா?'

'அவன் ஆளு. கேர்ள் ஃப்ரெண்டா இருக்கலாம். ப்ராஸ் மாதிரி தெரியலை. ஆனா இப்ப சரியாச் சொல்ல முடியறதில்லை.'

'அந்த வேளையில பீச்சுக்கு வர்ற அத்தனையும் கேசுப்பா. எல்லாரும் தேவடியாளுக. டாட்டா சுமோவை நிறுத்திட்டு பீச்சாண்ட அவளைத் தள்ளிகிட்டு போனான். நீங்க பின்னாடி போறீங்க. அங்க சண்டை?'

'அதான் சினேரியோ.'

'எங்க அடிச்ச?'

'மண்டைல. சரியாப் படலை.'

'பட்டிருக்கு. ஆள் விழுந்து செத்திருக்கானே?'

'இனிமே செய்ய மாட்டேன் அங்கிள்.'

'அங்கிள்ங்காதேன்னு சொல்லிருக்கேன் இல்லை.'

'உங்களைப் பார்த்தா எங்களுக்கெல்லாம் தாதா மாதிரி. எல்லாம் தெரிஞ்சு வெச்சிருக்கீங்க. காப்பாத்துங்க குரு. எங்க ஃபாதர் கிட்ட சொல்லி உங்களுக்கு ஓபெல் அஸ்ட்ரா வாங்கித் தரச் சொல்றேன். ஓல்டு மேன் இஸ் லோடட்.'

'சரி திலீப். நான் ஒண்ணு கேக்கறேன். உனக்கு ஜெயிலுக்கு போக இஷ்டமா? மிஞ்சிப் போனா 5 வருஷம் 326/323-ன்னா 2 வருஷத்திலேயே வந்துரலாம்.'

'நீங்க சொன்னா போறேன்.'

'தட்ஸ் தி ஸ்பிரிட். அவாய்ட் பண்ணப் பார்க்கறோம். போலீஸ்காரங்க இருபத்து நாலு லட்சம் கேக்கறாங்க. அதை உங்கப்பா கொடுக்கத் தயாரா இருக்காரு.'

'டூ மச்' என்றான்.

'கொடுக்கறதைப் பத்தி இல்லை. கொடுத்தா காரியம் ஆகணும்.'

'எதுக்குக் கொடுக்கணும்? இந்த மாதிரி லஞ்சம் கொடுத்துத்தான் நாடே கெட்டுக் கெடக்குது.'

'இதை நீ சொல்ற பாரு? நேரம்!'

'வஸந்த்! உங்களை ரொம்பப் பிடிச்சுப் போச்சு எனக்கு. நீங்க சொல்றபடி நடக்கிறேன்.'

'முதல்ல எனக்கு உன் நண்பர்களைச் சந்திக்க விருப்பம்.'

'வரச் சொல்றேன்' என்றான்.

கணேஷ் கேஸ் விஷயமாக மும்பை போய் திரும்பியிருந்தான்.

'ஜெட் ஏர்லைன்ஸ்ல வரதுதானே பாஸ். குட்டிங்கள்ளாம் சூப்பரா இருக்காங்க.'

'அப்படியா? அதிலதானே வந்தேன். கவனிக்கலை. என்ன ஆச்சு ராமச்சந்திரன் கேஸ்?'

'ஓப்பன் அண்ட் ஷட். லஞ்சம் கேக்கறாங்க. கொடுக்கத் தயாரா இருக்காங்க.'

'அதெல்லாம் தெரிஞ்ச விஷயம். புதுசா என்ன கண்டுபிடிச்சே?'

'பையன் கேட்ச் 22 படிச்சிருக்கான்னு.'

'என்னடா உளர்றே?'

'பாஸ் அது தனி உலகம். லஞ்சம் வாங்கற, கொடுக்கற மேலுலகம். பாரலல் எகனாமி இயங்கறது.'

'லீகலா என்ன அதில?'

'லீகலா பார்த்தா பையனை மேன்ஸ்லாட்டருக்கு மேல எதுக்கும் அரஸ்ட் பண்ண முடியாது. குட்டையைக் குழப்பி வெளில கொண்டாந்துரலாம். கூட வந்த பையன்கள வைச்சு சாட்சி சொல்லி 'க்ரேவ் ப்ரொவக்கேஷன்'ல முன்கூட்டியே தீர்மானிக் காம தெரியாமப் பட்டுருச்சுன்னு.'

'அதானே ஆயிருக்கு?'

'ஆனா போலீஸ் பணம் கொடுக்கலைன்னா மர்டர்னு 304 பார்ட் டூல ஜோடிப்பாங்க. ராமச்சந்திரன் அவசரத்தில இருக்காரு. அவருக்கு ஏதோ ஜி.டி.ஆர். இஷ்யூ இருக்காம். இந்தச் சமயத்தில கேஸ் கீஸ்னு மாட்னா ஷேர் ப்ரைசஸ் விழுந்துருமாம். அதனால சட்டுனு முடிச்சுருங்கறாரு. நம்ம வேலை சுலபம். கொடுக்க லாமா வேண்டாமான்னு க்ளியர் பண்ணணும். கதிர்வேலன்னு ஒரு இன்ஸ்பெக்டர். குமாரசாமின்னு ஒரு லாயல் விசுவாசமான அசிஸ்டண்ட். இவங்கதான் மிடில்மேன், இவங்க மூலம் வியா பாரம் நடக்குது.'

கணேஷ், 'வஸந்த் எனக்கு கரண் ரொம்ப வேண்டியவர். சரியா இந்த கேசை கவனிக்கணும். என்ன நடந்தது சொல்லு.'

வஸந்த், தான் சேகரித்த விவரங்கள் அனைத்தும் சொன்னான்.

கணேஷ் கொஞ்ச நேரம் யோசனையில் இருந்தான். அவன் நெற்றி நரம்புகள் அசைந்தன.

'என்ன பாஸ் யோசிக்கறிங்க. யோசிக்க ஒண்ணுமே இல்லையே இந்தக் கேசில.'

'வஸந்த், மெரீனாவில இந்த வியாபாரம் எவ்வளவு நாளா நடக்குது?'

'எந்த வியாபாரம், சுண்டலா?'

'இல்லைடா முட்டாள். இந்த மாதிரி ராத்திரி வேளையில் பெண்களைத் தள்ளிக்கிட்டு வரது?'

'கொஞ்ச நாளா ஓடுது பாஸ். அதைப்பத்தி ஜூவி, நக்கீரன்ல கூட வந்திருக்கு.'

'ஓட்டல்ல டிவில பார்த்தேன். 'ஆங்கேன் தேக்கி'ல நளினி சிங் ஒரு ரிப்போர்ட் பார்த்தேன்.'

'இதெல்லாம் கவனிப்பீங்க நுட்பமா.'

'அப்பப்ப மூளைல ஒரு ஓரத்தில போட்டுக்கவேண்டியது. வஸந்த் ஒரு காரியம் பண்ணலாம்.'

'நீங்க என்ன சொல்லப் போறீங்கன்னு தெரியும் பாஸ். ராத்திரி மெரீனா போறம். அப்படித்தானே.'

'யு ஆர் எ மைண்ட் ரீடர்டா. நீ இன்னொரு காரியம் செய்யணும். அதிலெல்லாம் நீ எக்ஸ்பர்ட் ஆச்சே. இந்த மாதிரி பெண்கள்ல ஒருத்தியை ஏற்பாடு செய்யணும். என்ன ரேட்டு?'

'நைட்டுக்கு தௌசண்ட். ஸ்டாண்ட் அண்ட் ப்ளே. நின்னு விளையாடும்.'

'அதை ராமச்சந்திரன் பீஸ் கணக்கில போட்டுரலாம்.'

'ரசீது வாங்கிக்கணுமா?'

'விளையாடாதே.'

'பொண்ணுங்கள்ள ஒருத்தியைப் பார்த்துட்டு...'

'நம்ம தொழிலுக்கு... அவ தொழில் இல்லை.'

'புரியுது. காண்டம் வேண்டாம்ங்கறிங்க.'

8

கணேஷ் வஸந்தின் முறைகளைப் பற்றிக் கவலைப்பட மாட்டான். ஏறக்குறைய அந்தக் கேசையே மறந்து வேறு வழக்கில் ஆழ்ந்திருந் தான். 'எஸ்டேட் ட்யூட்டி உண்டா இல்லையாடா இந்தக் கேஸ்ல?'

'கிடையாது பாஸ். செக்ஷன் 26 சப்ஜெக்ட் டு ப்ரொவிஷன் செக்ஷன் 2 அண்ட் செக்ஷன் 46.'

'குழப்பறடா.'

'மூணு கண்டிஷன் பாஸாகணும் பாஸ்.'

கணேஷ் தன் டிஜிட்டல் டயரியைப் பார்த்தான்.

'வஸந்த், இன்னிக்கு எங்கயோ போறமா. என் காலண்டர்ல எழுதி யிருக்கியே, என்னது? விசிட் மெரினா டு மீட் பி.பி? வாட்ஸ் பி.பி?

'பலான பார்ட்டி பாஸ்.'

'ஓ தட் ராமச்சந்தர் கேஸ்! எதுக்கு மெரீனா போகணும்னேன்?'

'நீங்கதான் சொல்லணும். உங்க மனசிலே என்ன வெச்சுக்கிட்டு இருக்கீங்களோ.'

'லெட் மி ரிகால். பையன் பீச்ல ஒரு ஆளைப் பார்த்துத் தொடர்ந்து போய் சண்டை போட்டுட்டு, சண்டைல அடிச்சுப் போட்டுட்டு.'

'அவன் செத்துட்டான். போலீஸ் லஞ்சம் கேக்கறாங்க.'

'அதானே கேஸ்?'

'அதே! அதுக்கு நீங்க எதுக்கு பி.பி.யைப் பார்க்க விரும்பறீங்க. எனக்கே வியப்பா இருந்திச்சு.'

'சொல்றேன் சாயங்காலம்.'

'இப்ப என்ன ஐடியா? பார்ட்டியைப் பார்த்து, 'ஏம்மா ராம ப்ரம்மம், ஏன் இந்தத் தொழிலுக்கு வந்தே?'ன்னு சோஷியால ஜிஸ்ட் மாதிரி கேள்வி கேக்கப் போறீங்களா?'

'ராமப்ரம்மம்?'

'ஆந்திரா ஜாஸ்தி. கேரளா, தமிழ், அறுபது பர்சண்ட், முப்பது தமிழ்நாடு, மத்தது நேப்பாளி, பஞ்சாப்ன்னு.'

'சென்சஸ் எடுத்து வச்சிருக்கே போல.'

'என்ன செய்யறது பாஸ். திடீர்னு இந்த மாதிரி தாக்கல் மோக்கலா கேள்வி கேட்டா பதில் சொல்லத் தயாரா வெச்சிருக்கணும் இல்லையா?'

'வஸந்த், நான் கேள்விகளைக் கேட்டுக்கறேன். நீ அவளைக் கூட்டி வந்தா போதும். ஏதாவது ஒருத்தியை.'

'இதைவிட வேற என்ன வேலை பாஸ்.'

இரவு எட்டரை மணிக்கு லேசான தூறல் துவங்க, 'மழைல இந்த பிசினஸே படுத்துருச்சு பாஸ்' என்றவன், 'அவள் வருவாளா...' என்று பாடினான்.

'கழுத்தில் கர்ச்சீப் கட்டி பான் பராக் வாசனையுடன் ஒருத்தன் முதல்ல வருவான். டயம் கேப்பான், அப்புறம் ரேட்டு பேசுவான்.'

அவர்களை அவன் அணுகினான்.

'எங்கே பார்ட்டி' என்றான் வஸந்த்.

'ஆட்டோல காத்திருக்குது.'

'ஆட்டோல என்ன வெக்கப்படுதா? வரச் சொல்லுப்பா, டயத்தை வேஸ்ட் பண்ணிக்கிட்டு.'

'கேஷை கொடுத்துட்டிங்கன்னா.'

'என்ன ரேட்டு?'

'மூணு சைபர்.'

என்னப்பா ஆங்காங் ரேட்டு சொல்றே.'

'என்ன பண்றதுங்க. வெலைவாசி.'

'ஆமாம் இன்ஃப்ளேஷன் இல்லை. அதும் குஜ்ரால் கவர்மெண்ட் விழற நிலையில.'

'வஸந்த் வளவளன்னு பேசாதே. பொண்ணை வரச்சொல்லு.'

'அந்தப் பெண் வந்தாள். இருளில் சோடியம் வெளிச்சத்தின் மிச்சத்தில் ஒரு பொய் உருவம் போல....

'எங்கம்மா வாங்கின இந்த செண்ட்? ராயபுரம் வரை வாசனை தூக்குது.'

'உன் பேர் என்ன?' என்றான் கணேஷ்.

'சரோ.'

'ஊர்?'

'காஞ்சீபுரத்தண்டை தேக்கான்பட்டி.'

'வாழ்க பாஸ். இவளை என்ன கேக்கணும்?'

'சரோ, உன்கூட இந்த மாதிரி மெரினாவில ஆப்பரேட் பண்றவங்க எத்தனை பேரு இருக்காங்க?'

'மொத்தம் ஒரு எட்டு பேர் இருக்காங்க.'

'அவங்களை எல்லாம் தெரியுமா உனக்கு.'

'தெரியும்.'

'பத்து நாள் முன்னாடி இங்க ஒரு சம்பவம் நடந்துச்சு. தெரியுமா. ஒரு பெண்ணை ஒரு ஆளு கூட்டிவந்தப்போ சண்டை வந்து அவனை அடிச்சு போட்டுட்டு.'

'நீங்க போலீசா?'

'இல்லை சரோ. நாங்க போலீஸ் இல்லை. வக்கீலுங்க. அந்த சம்பவத்தைப் பத்தி விசாரிச்சுட்டு இருக்கம்.'

'பானுரேகான்னு ஒரு பெண்ணு பேசிக்கிட்டு இருந்தது. பீச்சாண்டை ரெண்டு மூணு பேர் வந்து போட்டோ பிடிச்சாங் கன்னு. கார்ல கூட்டியாந்து ரேட் பேசறதுக்குள்ள கைகலப்பு ஆயிருச்சுன்னு... ஓடி வந்தருச்சுன்னு.'

'அந்த பானுரேகா எங்க இப்ப?'

'வெளிய கஷ்டமர்க்கு போயிருக்குது.'

'எங்க சிக்குது?'

'கோடம்பாக்கம் பிரிட்ஜாண்டை.'

'சரோ உனக்கு பான்பராக் எவ்வளவு தரான்?'

'சாப்பாட்டுக்கு. அப்பப்ப கொடுத்துருவாரு. ஆசுபத்திரி செலவு, அரிசி.'

'கேஷா? தினம்?'

'கேட்டா குடுப்பாருங்க.'

'சரோ இந்த பானுரேகாவை இவருக்கு காட்டு. ஆயிரம் ரூபா தரோம்.'

'இப்பவா?'

'இருட்டிலும் அவள் கண்கள் விரிந்தது தெரிந்தது.

'இப்பதான். அப்புறம் உன்னைப் புடிக்க முடியாது.'

'மத்தது வேண்டாங்களா?'

'மத்ததுன்னா.'

'பாஸ், அவ வேற ஏதோ கேக்கறா. பாரும்மா. நாங்க எங்க தொழிலுக்காகத்தான் வந்தோம். உன் தொழிலுக்காக இல்லை.'

'இப்பவே வரிங்களா, பானு வூட்டாண்டை. காட்டிர்றேன். சௌதிரி கேட்டான்னா, பார்ட்டிகூடப் போறதா சொல்லிர்றேன். கார் இருக்கில்லை?'

'இருக்கு.'

'இன்னா காரு. ஜென்னா? அன்னைக்கு ஓப்பலோ என்னவோ சொன்னாரு ஒருத்தரு. தாத்தா, திருவாமியூர் வர்க்கிம் என்னை மடில வெச்சிகினு ஓட்னாரு. சூப்பரா கீது காரு.'

'அதெல்லாம் செய்யறதா இல்லை. நீ பின்சீட்டில உக்காந்து கிட்டுப் பானு வூட்டைக் காட்றே. அவ்வளவுதான்.'

'அய்யா, நீங்க யாரு கொடை வள்ளலா? ரஜினி படம் பாப்பிங்களா.'

இரவு கோடம்பாக்கம் மேம்பாலத்தருகே இருந்த ட்ராபிக் விளக்கு ஆரஞ்சுக் கண் சிமிட்டிக்கொண்டிருக்க, 'இங்கேயே இருங்க கூட்டியாரேன். உள்ள போவாது காரு.' கொஞ்ச நேரத்தில் ஒரு பெண் மேலாடை மார்பின் மேல் வீசிக்கொண்டு மையெழுதிய விழிகளுடன் வந்து 'யாரு' என்றாள்.

பானுரேகா?

'உள்ள வா. உக்காரு. உன்னை ரெண்டு மூணு கேள்வி கேக்கணும். பத்து நா மின்னாடி நடந்ததைப் பத்தி.'

கவலைப்படாமல் 24 மணி நேரமும் திறந்திருக்கும் ஒரு காபி ஷாப்புக்கு அவளை அழைத்துச் சென்றார்கள். ரொம்ப மரியாதைப்பட்ட இடமாதலால் எல்லோரும் அந்தப் பானுவை ஏற இறங்கப் பார்த்து உதட்டை மூடிக்கொண்டு பேசினார்கள்.

'இந்த மாதிரில்லாம் ஓட்டல் கீதா?' என்றாள் பானு. அவள் முகத்தில் ஒரு சரித்திரமே எழுதியிருந்தது. தக்காளி வெட்டின உதட்டுச் சாயம், ஒரு இன்ச் பவுடர், நெற்றிப் பொட்டில் ஜிகினா...'சீப்' என்று அலறியது.

'பாஸ் என்ன கேக்கணும் இவளை.'

'பாரு பானு. அன்னிக்கு நடந்தது எதெது ஞாபகம் இருக்கோ அதெல்லாம் சொல்லு.'

அவள் ஸ்விஸ் ரோல்களை முள் கரண்டியைப் புறக்கணித்து விரல்களால் எடுத்து நடுவே கடித்துச் சாப்பிட்டு உதட்டைத் துடைத்துக்கொண்டு பேசினாள். கணேஷ் கருப்பு காப்பி ஆர்டர் செய்து அது ஆறிடக் காத்திருந்தான். வஸந்த் ஒரு ரூட் பியர்.

'சிவப்பா சேட்டு பையனாட்டம் இருந்தான். நீட்டமா இருந்திச்சு காரு. உள்ள குளுகுளுன்னு இருந்துச்சு. பீச்சாண்டை காரை நிப்பாட்டிட்டு கடல் வரைக்கும் கூட்டிப் போயி என் ஜம்பர் பாடியெல்லாம் கள்ட்டினான். அப்பதான் பின்னால ரெண்டு பேருங்க போட்டோ புடிக்க வரானுவ. இவன் கடுப்பாய்ட்டான். மூணு பேரும் சண்டை போடறாங்க. அவங்கள்ள ஒருத்தன் மண்டைமேல போட்டான் பாருங்க, கஷ்டமர் அப்படியே மல்லாந்து அய்யோனு கூவிகிட்டு வியுந்துட்டான். இந்த சுருள் பக்டோ இன்னொண்ணு கொண்டாரச் சொல்லேன். சூப்பரா கீது. செத்துட்டான்ங்கறே?'

'அப்படித்தான் தோணுது?'

'அவன் யாருய்யா, சேட்டு மாதிரி சிவப்பா இருந்தான். மார்பூரா மொசமொசவன்னு மயுரு ஜெண்டு...'

'ஏதோ பார்ட்டி.'

கணேஷ், 'நீ அதுக்கப்புறம் என்ன செய்தே சரியா சொல்லு.'

'எனக்கு காபராவாயிருச்சு. இன்னாடா ஆள் பூட்டானா. பேச்சு மூச்சில்லாத கெடக்கானே. ரெண்டு பேரும் ஓடிட்டானுவ. நான் இங்க இருந்துட்டு வீச்சு வீச்சுன்னு கூச்ச போட்டு என்ன பலன்? சொல்லு? இன்னா செய்வேன். தூக்கிக் கொண்டாந்து கார்ல போட்ரலாம்னா. ஆளு தகடா இருக்றான். பலம் இல்லியே. பயம்

வேற, சரி வேற யாராச்சும் வந்துருவாங்கன்னு நான் பொறப் பட்டு ஓடி வந்துட்டன்.

'நான் செஞ்சது தப்புதான்யா. உயிரு இருந்துருச்சுன்னா அவனை யார்கிட்டயாவது சொல்லிட்டு அல்லது கார்லயாவது கொண்டாந் துட்டு... சேசே என்னா மன்சிய்யா நானு. இந்த தொளில் வந்தப்புறம் மத்ததெல்லாம் மரத்துப் போவுது. அங்காளம்மன் என்னை மன்னிக்கவே மாட்டா.'

'அப்றம் என்ன செஞ்சே?'

'நேரா மணல்ல ஓடியாந்தேன். காருக்குள்ள என் பையை விட்டுட்டனா, அதை எடுத்துகிட்டு குறுக்க பாஞ்சு, ஆட்டோ ரிக்சாவில செளதிரி காத்துகுனு இருக்றான். அவன்கிட்ட பணத்தை கொடுத்துட்டு...'

கணேஷ், 'கொஞ்சம் நல்லா ஞாபகப்படுத்திக்க. நீ திரும்ப வந்தப்ப அந்தக் காரு அங்கேயே இருந்திச்சு?'

'ஆமா, அதிலிருந்துதானே பையை எடுத்தேன்.'

'பக்கத்தில ஏதும் கார் இருந்திச்சா?'

'ஆமா. இன்னொரு சின்ன காரு, நீ வச்சிருக்கயே இதே மாதிரி காருன்னுதான் நெனப்பு.'

'வஸந்த், இவளுக்குக் கொடுக்கவேண்டிய பணத்தைக் கொடுத் துட்டு வா.'

பின்னிரவில் அவர்கள் திரும்பும்போது, கணேஷ் தீவிர சிந்தனை யில் இருந்தான்.

'பாஸ், அடுத்தது என்ன? நீங்க என்ன யோசிக்கிறிங்க? இந்த கேஸ்ல ராமச்சந்திரன் இன்ஸ்பெக்டர் கதிர்வேலனுக்கு லஞ்சம் கொடுத்தா காரியம் நடக்குமான்னு கண்டுபிடிக்க மட்டும்தான் நம்ம அட்வைஸ் தேவைப்படுது. நீங்க என்னவோ ஏரியாவில உள்ள பி.பி. எல்லாத்தையும் இண்டர்வியூ எடுக்கறிங்க.'

கணேஷ் கவனிக்காமல் தன் எண்ணத்தின் தொடர்பாக, 'நாளைக்கு முதல்ல டெட் பாடியப் பார்க்கறோம். மார்ச்சுவரில. அது இன்னும் வச்சிருக்காங்களா?'

'வச்சிருப்பாங்கன்னுதான் தோணுது?'

'அதுக்கப்புறம் நம்ம திலீப் இருக்கானே அவன் நண்பர்கள் மூணு பேரையும் விசாரிக்கணும்.'

'பாஸ், நீங்க என்ன நினைக்கிறிங்க?'

'ஒண்ணும் நினைக்கலை.'

'ஏன்?'

'கேஸ் சால்வ் ஆயிடும்னு நெனைக்கிறேன்' என்றான் கணேஷ்.

9

சரண்யா திலீப்பைப் பார்க்கச் சென்றபோது அவன் தாய் தோட்டத்தில் ரோஜாச் செடியை திறமையாகக் கத்திரித்துக் கொண்டிருந்தாள்.

'வா சரண்யா.'

திலீப்பின் தாய் வரவேற்க சரண்யா வழக்கம்போல் ஒரு பாக்கெட் பாதாம் பருப்பு, சாக்லேட் இவற்றை அவள் கையில் கொடுத்தாள்.

'இதெல்லாம் எதுக்கு? வீட்ல வேண மட்டும் கெடக்குதில்லை.'

ராஜரத்னம் சொல்லியிருக்கிறார். எப்போது அவர்களைப் பார்க்கச் சென்றாலும் ஏதாவது எடுத்துச் செல் என்று. பணக்காரர்கள் பணக்காரர்களுக்குக் கொடுக்கும் அர்த்தமில்லாத பரிசுகளில் ஒன்று என்று அதைக் கருதினாலும், சாரு அப்பா சொல்படிக் கேட்கும் பெண்.

அவளுக்குத் தன் வாழ்வின் திசை தீர்மானிக்கப்பட்டு விட்டதுடன் சமரசமாகி விட்டது. பணம் பணத்தை

மணக்க வேண்டும் என்னும் நியதிப்படி திலீப்பை மணக்க மனத்தில் தயாராக இருந்தாள்.

அவள் வந்த சமயம் திலீப் கிரிக்கெட் பார்த்துக் கொண்டிருந் தான். அவனருகில் போய் உட்கார்ந்தாள்.

'யார் யார் ஆடறாங்க?'

'பாகிஸ்தான், வெஸ்ட் இண்டிஸ்.'

'எனக்கு அஃப்ரிதி பிடிக்கும். அப்பாஸ் போல இருக்கான்' என்றாள் சரண்யா.

'துரோகி பாகிஸ்தான் கிரிக்கெட்டியரை பிடிக்கும்ங்கிறியே' என்றான்.

'உடம்பெல்லாம் சரியாப் போச்சா?'

'உடம்புக்கென்ன?'

'எங்கயோ அடிபட்டிருக்குன்னு அம்மா சொன்னாங்க திலீப்.'

'பாரு எங்க வயசில அடிபடலைன்னா வாழ்க்கைல திரில் இல்லை. எல்லாம் விழுப்புண்கள்' என்று தன் சட்டையின் ஸ்லீவை உயர்த்தி ப்ளாஸ்ட்டரைக் காட்டினான்.

'ப்ராக்சரா.'

'எல்லாம் செட் ஆயிருச்சு. கையைத் தூக்க முடியலை.'

சரண்யா அவன் தோளை வாத்சல்யத்துடன் தடவிக் கொடுத் தாள்.

'இந்தக் கையைத் தூக்க முடியுது.'

'சரி.'

'நீ வரப்போ அம்மா கீழே இருந்தாங்களா?'

'தோட்டத்தில் இருந்தாங்க.'

'இந்தக் கதவைச் சாத்திரு.'

'ஏன்?'

‘க்ளேர் அடிக்குது. காசெட் போடப் போறேன்.’

‘என்ன காசெட்.’

‘பிறப்பின் ரகசியங்கள்னு ஒரு இங்கிலீஷ் படம். மலையாளத்துக் காரங்க எடுத்தது. சூப்பரான படம்.’

‘சீ, அதெல்லாம் போய் பார்த்துக்கிட்டு.’

‘படிப்பினைகள் இருக்கிற கருத்துள்ள படம்’ என்று சிரித்தான்.

சரண்யா அவனைச் சதிப்பார்வை பார்த்தாள்.

இருவருக்குமே இளமை வேகங்கள் மெல்ல தயக்கங்களை நீக்கிக்கொண்டிருக்க, சொல்வது ஒன்று செய்வது ஒன்றாக, ‘நீ என்ன பண்றே, நேரா மாடி பெட்ரூமுக்கு வந்துரு. அம்மா அங்க வரமாட்டாங்க. யாரும் இப்ப கிடையாது.’

‘எதுக்கு வரணும்.’

‘சொன்னேனே, அங்க பார்க்கலாம் வீடியோ.’

‘எனக்கு வீடியோ பார்க்கவேண்டாம்.’

சரண்யாவுக்கு வேர்த்திருந்தது. அவன் எடுத்துக்கொண்ட சுதந்தரங்கள் உடல் முழுவதும் பரவியிருந்தது.

‘நீ மட்டும் ஏதாவது விஷமம் செய்தே பலி போட்ருவேன்’ என்றாள்.

‘எதுக்குப் பயப்படறே. நமக்குத்தான் கல்யாணம் நிச்சயமா யிருக்கே.’

‘அதுக்காக? எல்லாத்துக்கும் தக்க சமயம்னு உண்டில்லையா?’

‘இதுக்கு எல்லாமே தக்க சமயம்.’

வஸந்த் அந்த போலீஸ் நிலையத்துக்குச் சென்று ‘இங்க இன்ஸ்பெக்டர் கதிர்வேலன் யாருங்க?’

‘நான்தான்.’

‘என் பேர் வஸந்த். உங்ககூடக் கொஞ்சம் பேசணும்.’

'சாயங்காலம் ட்யூட்டி முடிஞ்சும் வாங்க.'

'இப்பவே பேசணும்.'

'எனக்கு ஜோலி இருக்குது.'

'மிஸ்டர் கதிர்வேலன், நான் ராமச்சந்திரனுடைய லாயர். நீங்க என்னை இப்பவே சந்திக்க விரும்புவீங்க.'

'அதை அப்பவே சொல்லக் கூடாதோ. என்ன சாப்டறீங்க கூலா? ஹாட்டா?'

'தண்ணி கொடுத்தாப் போதும் மிஸ்டர் கதிர்வேலன். எப்.ஐ.ஆர். பதிவு பண்ணியிருக்கீங்களா? தெரியணும். காப்பி வேணும்.'

'தாராளமா. காப்பியே கொடுக்கச் சொல்றேன்.'

வஸந்த் டைப் அடித்த அந்தக் காகிதத்தின் நகலை வாங்கி அதைப் படித்தான்.

முதல் தகவல் அறிக்கை. குற்ற எண் 801-97. காவல் நிலையம், மைலாப்பூர் வட்டம், மைலாப்பூர் மாவட்டம். சென்னை சம்பவம் நடந்த தினம்...

சென்னை 28, ராஜா அண்ணாமலைபுரம் வள்ளீஸ்வரம் கோட்டவாசியான திரு. செந்தில் (வயது 33) த.பெ. ஆறுமுகம் அளித்த புகாரின் பேரில் மைலாப்பூர். கா.நி.கு.எ. 502-97 என்ற இ.த.ச. பிரிவுகள் 343,323 மற்றும் 342 கீழான வழக்கு பதிவு செய்யப்பட்டது.

'அது காணாமப் போன அஜய்குமார் குறித்து அவருடைய சொந்தக்கார் பிரகாஷ்ங்கரவர், நபர் காணவில்லைன்னு அபிராமபுரத்தில் 736-ன் கீழ் 97-ன்னு பதிவாகியிருக்கு. அதுக்கும் காப்பி இருக்கு. இந்த அஜய்குமாரைத்தான் இந்தப் பசங்க போட்டு அடிச்சிருக்காங்க. செத்திருக்கான்.'

'பாடி எங்க இருக்குது?'

'ஜி.எச்.ல, புதைக்கிறதுக்கு இருந்தாங்க.'

'அதனால என்ன, எக்ஸ்யூம் பண்ணிரலாம்.'

'புதைக்கலை. மார்ச்சுவரில இருக்குது இன்னும்.'

‘சொந்தக்காரங்க அடையாளம் காட்டிட்டாங்களா?’

‘காட்டிட்டாங்க வஸந்த். அதில்தான் சூட்சுமம் வெச்சிருக் கோம். இப்ப சார் பணம் கொடுத்துட்டா சுலபமா பாடி ஐடி சரி யில்லைன்னு சொல்லி எரிச்சுரலாம். அதுக்குத்தான் காத்துகிட்டு இருக்கோம்.’

‘அப்படிங்களா? பணம் கொடுக்கலைன்னா?

அவர் முகம் சுருங்கியது. ‘கேசை 302-க்கு மாத்திருவோம். அதை வேற மாதிரி அப்ரோச் பண்ணுவோம். ரொம்ப சிக்கலாயிரும் உங்க க்ளையண்டுக்கு.’

‘புரியுது. பணம் கொடுத்தா எந்தவிதப் பிரச்னையும் ஏற்படாதுங் கறீங்க.’

‘ஆமாங்க. எங்களுக்கும் ஒரு காரண்டி வேண்டாமா. எவ்வளவு ரிஸ்க் எடுக்கிறோம். உங்களுக்குத் தெரியாததா?’

பையன் கொண்டுவந்த ஏலக்காய் டீயை வஸந்த் அருந்திக் கொண்டே யோசிக்க -

‘என்ன யோசிக்கறீங்க?’

‘எல்லாம் நேராத்தான் இருக்குது. செத்தவன் யாருங்க?’

‘அதை ஏன் கேக்கறீங்க. மெரினா பீச்ல இந்த மாதிரி இளைஞர்கள் அலையுறாங்க. பாருங்க, அப்பன் காரை வாங்கிக் கொடுத்துடு றான். அங்கங்கே குட்டி தள்ளிக்கினு வர்றாங்க. கடற்கரைல போய் கஞ்சா அடிச்சிட்டு என்ன என்னவோ ஜலக்கிரீடைங் கள்லாம் பண்ணிட்டு... இவங்களை ஒழிச்சுக் கட்டணும்னா ஆள் பத்தலைங்க. பீட் கான்ஸ்டபிள் எத்தனை பேர் போட முடியும்.’

‘த்ஸொ த்ஸொ.’

‘அவங்களும் லஞ்சம் வாங்கிர்றானுங்க.’

‘அதானே? அப்ப பாடிய வேற எந்தவிதமாகவும் ஐடி பண்ணலை. முடியலை இல்லையா?’

‘வேறவிதமான்னா?’

‘நண்பர்ங்க. அவன் கூட்டிவந்த பொண்ணு இப்படி?’

‘எத்தனை பொண்ணுங்க இருக்குதுங்க? எப்படி? ஆனா அதையும் பார்த்தும், சரிப்பட்டு வரலை. இந்த மிஸ்ஸிங் ரிப்போர்ட் வந்ததும் இரண்டையும் கனெக்ட் பண்ணி கேசு ஈசியாயிருச்சு. நீங்க கவலையே படவேண்டாம்.’

‘அப்படிங்களா.’

‘பணம் கொண்டுவந்திருக்கீங்க இல்லை.’

‘ராமச்சந்திரன் சார் எங்கிட்ட கொடுக்கலைங்க. அவரு அந்தக் குமாரசாமி மூலம் டீல் பண்ணுவாரு.’

‘அட ராமா, பின்ன நீங்க எதுக்கு வந்தீங்க?’

‘பணம் கொடுக்கலாமான்னு க்ளியர் பண்ணத்தான்.’

‘க்ளியர் ஆய்டுச்சில்லை இப்ப.’

‘ஆய்டுச்சு.’

‘பின்ன சீக்கிரம் போய்ச் சொல்லுங்க. மேலதிகாரிங்க தொந்தரவு பண்றாங்கன்னு. நாளை ராத்திரிவரைதான் காத்திருப்போம்னு சொல்லுங்க. அதுக்குமேல ஆச்சுன்னா தி லா வில் டேக் இட்ஸ் ஒன் கோர்ஸ்னு சொல்லிருங்க.’

வஸந்த் அவரைப் புன்னகையுடன் பார்த்தான். ‘கதிர்வேலன்! இந்த உட்டாலக்கடிதான வேண்டாம். மேலதிகாரி கீலதிகாரின்னு போட்டு குழப்படி பண்ணாதீங்க. பணம் யாருக்கு எவ்வளவு போறது எல்லாம் தெரியும். நாங்க பழம் தின்னு கொட்டை போட்ட லாயர்ங்க. மேலும் நாளை மாலை ராத்திரி வரைன்னு கெடுவெல்லாம் வெக்காதீங்க. நாங்க கேஷா கலெக்ட் பண்றது அவ்வளவு ஒண்ணும் ஈசி இல்லை. வெய்ட் பண்றதா இருந்தாச் சரி. முடியலைன்னா கோர்ட்டு இருக்கவே இருக்கு.’

கதிர்வேலன் கவலையுடன் ‘குமாரசாமி அப்படிச் சொல்லலையே. சரி எப்பத்தான் பணம் பேரும். அதையாவது சொல்லுங்க.’

‘கொடுக்கறப்ப கொடுப்போம்ல? க்ளியர்?’

‘க்ளியர், கொஞ்சம் அட்வான்சா ஏதாவது கொடுத்துட்டா.’

‘சொல்றேன் அவர்கிட்ட.’

அங்கிருந்து கணேஷுக்கு போன் போட்டான் வஸந்த்.

‘பாஸ், கேஸ் எப்.ஐ.ஆர். பதிவாகியிருக்கு. பாடி ஐடி பெண்டிங் வச்சிருக்காங்க. பணம் கொடுத்தா க்ளோஸ் பண்ணிருவாங்க. அஜய்குமார்னு பேரு. மார்ச்சுவரில இருக்குது பாடி.’

‘எப்படி பாடியை அடையாளம் கண்டுபிடிச்சாங்களா?’

‘மிஸ்ஸிங் ரிப்போர்டை வச்சுத்தான்.’

‘வஸந்த், பாடிய ஒருமுறை போய்ப் பார்த்துரலாம்.’

10

கம்பித் தடுப்புகளையும் காதைச் சொறியும் காக்கிச் சட்டை சிப்பந்திகளையும் கடந்து ஈரமான நடை பாதையில் நடந்து கதவைத் திறந்து, குளிர் அவர்களைத் தாக்கியது.

'ஏசி ஓர்க் பண்ணுதுங்களா இன்னைக்கு? பரவாயில்லையே. செத்தவங்களுக்கு என்ன அதிர்ஷ்டம் பாருங்க பாஸ்' என்றான் வஸந்த்.

கணேஷ் இயல்பாக கர்ச்சீப்பை முகத்தில் பதித்துக்கொண்டான். ஏதோ ஒரு ஆர்கானிக் திரவத்தின் பழ வாசனையாக இருந்தாலும் சூழ்நிலையில் அந்த வாசனை அசம்பாவிதமாக இருந்தது.

'வஸந்த், திஸ் ப்ளேஸ் ஆல்வேஸ் கிவ்ஸ் மி தி க்ரீப்ஸ்.'

''பெண்டு பிள்ளை தந்தையாய் பிறவியுடன் சுற்றமிவை உண்டென்று நம்ப உடலழிந்தேன் பூரணமே'ன்னு பட்டினத்தார் சொன்னாப்பல.'

'எங்கடா சித்தர் பாடல் எல்லாம் படிக்கிறே?'

'லா புஸ்தகம் மட்டும் படிச்சா பைத்தியம் புடிச்சுரும் பாஸ். பாருங்க என்ன ஒரு இளமையான பொண்ணு. த்சொ. த்சொ.'

தரையில் ஓலைப்பாயில் சுருட்டி வைக்கப்பட்ட பிணங்கள் படுத்திருந்தன.

'எடம் பத்தலைங்க. நீங்க அந்த பீச்சில கண்டெடுத்த பாடியைத் தானே சொல்றிங்க. மைலாப்பூர் போலீஸ் ஸ்டேஷன் கேசு?'

'ஆமாங்க, இன்ஸ்பெக்டர் பேரு கதிர்வேலன்.'

'கொஞ்சம் இருங்க' என்று பழுப்பு நிற சார்ட்டைப் பார்த்து அலட்சியமாக ஒரு அறைக்குச் சென்று அதன் இரும்புக் கதவைத் திறந்து 'வேணுமட்டும் பாத்துக்கங்க தரிசனம்.'

அதில் காண்ட்ரி போலிருந்த பகுதியில் சுகமாகக் குளிரில் படுத் திருந்த அந்த உடலை வெளியே இழுத்தான். உடல் நிர்வாணமாக இருந்தது. தலையிலும் நெற்றியிலும் அடிபட்ட இடத்தில் ரத்தம் நீலம் பாரித்து உதடு வீங்கி ஒரு கண் திறந்து பல் துருத்தி.'

'வஸந்த், அதானே கதிர்வேலன் சொல்ற கேசு. சீட்டைப் பாத்துரு.'

அவன் அந்த உடலின் கட்டை விரலில் கட்டியிருந்த ஒரு சீட்டில் எழுதியிருந்த குறிப்புகளைப் படித்தான்.

'இதாம் பாஸ், என்ன பார்க்கணும்.'

'பார்க்கவேண்டியதையெல்லாம் பார்த்தாச்சு. வா போகலாம்.'

'அவ்வளவுதானா?'

'அவ்ளவ்தான்.'

'என்ன பாத்தீங்க.'

'சொன்னனே. பார்க்க வேண்டியதை.'

'பார்த்தமாதிரியே தெரியலையே.'

'இங்க அதிக நேரம் பார்த்தா நமக்கே தலை சுத்தரது, வாடா.'

அறையை விட்டு வெளியே வரும்போது வஸந்த் 50 ரூபாய் நோட்டு கொடுத்து 'உனக்கெல்லாம் லஞ்சம் கொடுக்க

வேண்டியது நியாயம்தான்யா. தினம் தவறாம பிணங்களைப் பார்க்கறதுன்னா ஒரு நா நமக்கே பேசாம கூடப் படுத்துருவ மான்னு தோணும்.'

'இதெல்லாம் பரவால்லைங்க. தண்ணில விளுந்து நாளாகிப் போய் அளுகிப்போன ஒண்ணு இருக்கு பார்க்கறிங்களா.'

'அய்யோ வேணாம்யா.'

'அப்படியே மொத்தை கணக்கா தலை எது கால் எதுன்னு தெரியாம கையை வச்சா உள்ள போயிரும்.'

'யோவ்! நான் வீட்டுக்குப் போய் சாப்பிடணும்.'

இருவரும் வெளியே வந்தபோது, 'பாஸ் அடுத்தது என்ன.'

'வேற எதும் பார்க்கவேண்டியதில்லை. அந்தப் பையன் ப்ரெண்டு ஒருத்தன் போட்டோ எடுத்தான்னயே, அது என்ன ஆச்சுன்னு கேட்டுரு. டெவலப் பண்ணானான்னு கேட்டுரு. அப்புறம் அந்தப் பொண்ணு ஒண்ணை பார்த்தமில்லை, பானுரேகாவோ பானுவோ சொன்னாளே, அவகிட்ட ஒரு கேள்வி கேக்க மறந் துட்டேன். அன்னைக்கு அந்தப் பையன் சட்டையை எப்பக் கழட்டினான்னு கேட்டுரு.

'சட்டையயா? என்ன ஒரு வினோதமான கேள்வி!

'கார்லயா இல்லை பீச்லயா. அதுக்குப் பதில் கொண்டாந்துட்டா ராமச்சந்திரன் கேசு முடிஞ்சு போச்சு.'

'அவருக்கு என்ன சிபாரிசு பண்ணப்போறம் நாம.'

'பணம் கொடுக்கவேண்டாம்னு சொல்லிரு.'

'கொடுக்கவேண்டாமா இல்லை குறைச்சுக் கொடுக்கலாம்னா?'

'கொடுக்கவே வேண்டாம்னு.'

'அரெஸ்ட் பண்ணிருவாரு.'

'பண்ணிக்கட்டும்.'

'பாஸ், யு மிஸ் தி பாயிண்ட். அரஸ்ட் பண்றதை எக்காரணம் கொண்டும் தவிர்க்க விரும்பறார் ராமச்சந்திரன். அவருக்குப்

பணம் முக்கியமில்லை. நான் சொல்லிப் பார்த்துட்டேன். இதை கோர்ட்ல வாதாடி மீட்ரலாம். இல்லை ஜாமீன்ல வெளிய கொண்டாந்துரலாம்னு. அவர் பிடிவாதமா மாட்டேங்கறார். அவருடைய கம்பெனி ஷேர்கள் விழுந்துருமாம்.'

'வஸந்த், எனக்கு என்னவோ வேலன் அரஸ்ட் பண்ண மாட்டார்னு தோணுது.'

'அப்படிச் சொல்லாதீங்க. எல்லாம் தயார் பண்ணி ரெடியா வச்சிருக்கார். லஞ்சத் தொகைக்காகத்தான் காத்திருக்கார்.'

கணேஷ் யோசித்தான். 'சரி, நீ அப்ப ஒரு நா வெய்ட் பண்ணிப் பாரு. அதுக்குள்ள ஒண்ணு செய்யி. இன்ஸ்பெக்டர்கிட்ட நாமே போகலாம். போறதுக்குள்ள அந்த போட்டோவ ஒருமுறை பார்த்துர்றது நல்லது.'

'நீங்க என்ன திசையில நினைக்கிறீங்கன்னே புரியலை.'

'சமயம் வரப்ப சொல்றேன்.'

'இப்ப சமயம் வரலையா.'

'இல்லை.'

*சா*யங்காலம் வஸந்த் ஆபீசுக்குத் திரும்பி வந்தபோது கணேஷ் சித்தர் பாடல்கள் படித்துக்கொண்டிருந்தான்.

'மத்யானம் கோட் பண்ணியே சித்தர் பாட்டு. ரொம்ப அற்புதம். இதைக் கேளு வஸந்த்.'

'நல்லதல்ல கெட்டதல்ல நடுவில் நிற்பதொன்றுதான். நல்ல தென்ற போதது நல்லதாகி நின்றபின், நல்லதல்ல கெட்டதென் றால் கெட்டதாகும்'னு சிவவாக்கியர் சொல்றது நம்ம கேசுங்கள் எல்லாத்துக்குமே பொருந்தும். கீழ் கோர்ட்டு நல்லதுன்னு சொல்றதை மேல் கோர்ட்டு கெட்டதுங்கும்.'

'பாஸ் நீங்க கேட்ட ரெண்டு சமாசாரமும் வெரிஃபை பண்ணிட் டேன் அந்தப் பொண்ணு பானுகிட்ட. 'சேட்டு மாதிரி சிவப்பா இருந்தான். மார்பூரா மொச மொசன்னு மயிரு, ஜெண்டு'ன் னியே, எப்படித் தெரியும்னு கேட்டேன். சொல்லிச்சு. அந்தாளு கார்லதான் முதல்ல சட்டையைக் கழட்டினானாம். அங்கே

கொஞ்சம் சில்மிஷங்கள் எல்லாம் ஆரம்பிச்சிருக்கு. அப்புறம் நட்டு என்கிற நடராஜன் அவன் எடுத்த போட்டோவிலும் அது...' வஸந்த் அதை எடுத்துக்காட்டி, 'இரண்டு முதுகு. இதில் எதும் பிரயோசனமில்லை. சில சமயம் ரொம்ப வினோத மால்லாம் நீங்க நடந்துக்கறீங்க.'

'வா போகலாம்.'

'எங்க?'

'இன்ஸ்பெக்டர் கதிர்வேலனைப் பார்க்க.'

'கணேஷ், உங்களைப் பத்தி நிறையவே கேள்விப்பட்டிருக்கேன். உங்க வஸந்த் வந்து என்னைப் பார்த்தார். வாட் கன் ஐ டு ஃபார் யு?'

'ஒண்ணுமில்லை. ராமச்சந்திரன்கிட்ட அத்தனை தொகை இல்லையாம். எத்தன கெட்டீங்க, இருபத்தெட்டு லட்சமா?'

'அந்த மாதிரி ஒரு தொகைதான். வஸந்த் சொன்னாரில்லை. எனக்கு மட்டும் இல்லை. மினிஸ்டர் வரைக்கும் மேல போவுது.'

'அவ்வளவு பணம் அவர் கிட்ட இல்லை. அதனால...'

'எவ்வளவு நாள்?'

'ஒரு வருஷம்.'

'அவ்வளவு நாள் நான் சும்மா விரல் சப்பிக்கிட்டு இருக்கணுமா?'

'அது உங்க சௌகரியம், உங்க டேஸ்ட்டு.'

கணேஷ், எங்களை ரொம்ப அண்டர்எஸ்டிமேட் பண்றீங்க.'

'இல்லைங்க, நான் ஓவரா எஸ்டிமேட் பண்ணித்தான் இதெல்லாம் உங்ககிட்ட விவரமாச் சொல்றேன், இல்லை.'

'இல்லைன்னா என்ன செய்வீங்க?'

'பேசாம இருந்திருவோம், பணம் கிடையாதுன்னுட்டு.'

'இப்ப என்ன சொல்றீங்க, டோக்கனா ஒரு அட்வான்ஸ் கூடக் கொடுக்கறதில்லையா?'

'இல்லை.'

'சரி, அப்படியா சேதி. இதை அவர்கிட்ட கேட்டுரலாமா?'

'கேட்டுருங்க.'

வஸந்த் கணேஷைப் பார்த்தான். அவன் சைகையிலே அமர்த்தினான். கதிர்வேலன் டெலிபோன் எண்களைச் சுழற்றினார்.

'இதை முன்பே சொல்லியிருக்கலாமில்ல? எங்களைப் போட்டு இத்தனை நாள் டிலே பண்ணிட்டு, இப்ப பணம் இல்லைன்னு சொன்னா எப்படி?'

'பணம் இல்லைங்க. ரொம்ப முயற்சி பண்ணிப் பார்த்தார்.'

'குமாரசாமி இருக்காருங்களா?' என்றார் போனில். மறுபடி பொத்தி, 'குமாரசாமி இதைப்பத்தி எங்ககிட்ட சொல்லவே இல்லையே.'

'நாங்க குமாரசாமி வழியா வரலை. டிரக்டா எம்.டி.ராமச்சந்திரன் எங்களை நியமிச்சிருக்கார்.'

கணேஷ் கதிர்வேலனைக் கூர்ந்து கவனித்தான். கைகள் நடுங்க மீசையை அடிக்கடி துடைத்துக்கொள்வது ஒரு மானரிசம் போலும். படபடப்பாக இருந்தார். அதை அடக்கிக்கொள்ள கையால் கையைப் பிடித்துக்கொண்டு மேஜைமேல் அழுத்திக் கொண்டார்.

'குமாரசாமி, நான் கதிர்வேலன் பேசறேன். கொஞ்சம் இங்க அர்ஜெண்ட்டா வரீங்களா?'

'ஓ, அப்படியா சேதி? சரி சரி.'

'போனை வைத்துவிட்டுக் கதிர்வேலன் கணேஷை நேராகப் பார்த்து புன்னகைத்து, 'சரி, நீங்க போகலாம்' என்று சொன்னார்.

கணேஷ் வஸந்தைப் பார்த்தான்.

'காத்திருக்கீங்களா? அரஸ்ட் பண்ணுவீங்களா?'

'நான் எங்க சூப்ரண்ட்கிட்ட கேட்டுட்டுத் தீர்மானிக்கறேங்க. நீங்க போகலாம்.'

வெளியே வந்து காரைக் கிளப்பினபின், 'பாஸ், இவன் என்ன திடீர்னு பால் மாறிட்டான். அந்தக் குமாரசாமி என்ன சொல்லிருப்பான்.'

'என்னவோ சாதகமாத்தான் சொல்லிருக்கான். வஸந்த், ஒருக்கால் பணம் கொடுக்க சம்மதிச்சுட்டா ராமச்சந்திரனுக்கு போன் போட்டுக் கேட்டுரு.'

'செல் கொண்டு வரலையே.'

வஸந்தும் கணேஷும் ஆபீசுக்குத் திரும்பியபோது அங்கே சரண்யா காத்திருந்தாள்.

'மை காட்! என்ன ஆச்சு உங்களுக்கு?'

11

சரண்யாவை வஸந்துக்குத் தெரியாது. அவள் உடை கலைந்திருந்தது. ஸ்டிக்கர் பொட்டு இடம் பெயர்ந்து தப்பான இடத்தில் அவசரமாக ஒட்டப்பட்டிருந்தது. சுடிதார் கிழிந்திருந்தது.

அதில் அவசரமாக பின் போடப்பட்டும் உள்ளே ப்ரா தெரிந்தது.

வியர்த்திருந்தாள்.

'உக்காருங்க, உங்களைப் பார்த்தா புயல் அடிச்சு ஓஞ்ச மாதிரி இருக்கீங்க' என்றான் வஸந்த். 'முதல்ல நீங்க யாரு?'

'யு ஆர் சரண்யா. ஏ.கே. ராஜரத்னம் டாட்டர்' என்றான் கணேஷ்.

'ஆமாம் அங்கிள். அப்பா உங்களைப் பத்திச் சொல்லியிருக்கார். அதுக்காகத் தான் உங்களைப் பார்க்க நேர ஓடி வந்தேன். திலீப் ராட்சசனுக்கு எந்த உதவியும் செய்யாதீங்க.'

'அதாவது திலீப் ராமச்சந்திரன்?'

'ஆமாம்.'

‘விஷயம் என்ன?’

‘திலீப் என்னைக் கல்யாணம் பண்ணிக்க இருக்கான்.’

அவள் விசித்து ஆழ ஆரம்பித்தாள்.

‘இதுக்குப் போய் அழுவாங்களா? என்னங்க இது, பிடிக்க லைன்னா கேன்சல் பண்ணிடுங்க.’

கணேஷ் வஸந்திடம், ‘வஸந்த், இது மொலஸ்டேஷன் மாதிரி இருக்கு. கொஞ்ச நேரம் சும்மாரு. அழுது முடிக்கட்டும்.’

அவள் தன்னைச் சுதாரித்துக்கொண்டு சிறிய கைக்குட்டையால் முகத்தையும் கண்ணீரையும் துடைத்துக்கொண்டாள்.

‘திலீப் என்னைக் கல்யாணம் பண்ணிக்கறதா சொல்லிருக்கான்.’

‘சரி.’

‘அவன் என்னை வீட்டுக்குக் கூப்டான்.’

‘சரி.’

‘வீட்ல யாரும் இல்லை. அங்க அங்க சில சலுகைகளை எடுத்துக்கிட்டான் எம்மேல.’

‘சரி, கல்யாணம் பண்ணிக்கறவங்க இந்தமாதிரி முன்னுரை முகவுரை அணிந்துரை எல்லாம் எழுதறது சகஜம்தானே.’

‘அப்புறம் அவன் ஃப்ரெண்ட்ஸ் நாலு பேரைக் கூட்டி வச்சிக் கிட்டான்.’

‘ஓ, மை காட்!’

‘இவங்களும் உன் ஃப்ரெண்டுதான். இவங்களுக்கு என் காரைக் கொடுப்பேன். ரேபான் கண்ணாடியைக் கொடுப்பேன். என் டி-ஷர்ட்டைக் கொடுப்பேன். அதேபோல என் கேர்ள் ஃப்ரெண்டையும் கொடுப்பேன்னுட்டு...’

‘ஓ ஓ மை காட்.’

‘திலீப்பே என் கையைப் பிடிச்சுகிட்டான். ஹி வாஸ் ரியலி ஹை. என்ன ஒரு வக்கிரமான ஆசாமி சார். அவனைப் போய் காப்பாத்தறீங்களே?’

‘விஷயம் தீவிரமாகவில்லையே?’

‘ஆகலைதான். நான் போட்ட சப்தத்தில் அவங்க வீட்டு நாய், காவல்காரங்க, அக்கம்பக்கத்துக்காரங்க அத்தனை பேரும் ஓடி வந்துட்டாங்க. ஒரு வார்த்தை பேசாம நேர இங்க வந்துட்டேன் சார். அவனைக் காப்பாத்த நீங்க முயற்சி செய்றீங்கன்னு தெரியும் எனக்கு. கரண் அங்கிள் சொல்லித்தான் நீங்க இந்த கேசை எடுத்துக்கிட்டீங்கன்னு தெரியும். இந்த மாதிரி மனசுள்ளவனை எதுக்காகத்தான் நீங்க காப்பாத்தணும், சொல்லுங்க?’

‘அப்ப அவனை நீங்க கல்யாணம் பண்ணிக்கப் போறதில்லையா?’

‘நோ சான்ஸ். நோ ப்ளடி சான்ஸ். எங்கப்பாகிட்ட சொன்னா கொன்னுடுவார் அவனை.’

‘இப்ப நாங்க என்ன பண்ணணும்ங்கறீங்க?’

‘பேசாம இந்த கேசை விட்டுருங்க. போலீஸ் அவனை அரஸ்ட் பண்ணட்டும். அவன் செய்த காரியத்துக்குத் தண்டனை வாங்கித் தான் ஆகணும். ஜெயிலுக்குப் போகட்டும். அவன் ஒரு நாளாவது ஜெயிலுக்குப் போனாத்தான் எனக்குக் கோபம் தணியும்.’

‘ஐ ஸீ. உங்களுக்கு முதலுதவி தேவை. கன்னம் அப்படி நேச்சுரலாகவே சிவப்பா, இல்லை சமீபத்திய சம்பவந்தானா? எப்படியும் சாவ்லான் போடட்டுமா?’

‘வஸந்த், அவங்களை டாக்டர் சரஸ்வதிகிட்ட கூட்டிட்டுப் போ.’

‘கைனகாலஜிஸ்ட்?’

‘அப்படியெல்லாம் விபரீதம் நடக்கலை சார். அதுக்குள்ள நான் எந்திரிச்சு வந்துட்டேன். அதிர்ச்சிதான் தாங்கலை. அதிர்ச்சி, கோபம்.’

‘கவலைப்படாதீங்க மிஸ் சரண்யா. நாம திலீப்பை என்ன பண்ணப் போறோம் பாஸ்?’

‘ஒண்ணும் பண்ணவேண்டாம். கேஸை விட்டுருங்க. இப்படிப் பட்ட மகா பாவி. உணர்ச்சிகளுக்கு மதிப்பே தராத இந்த ராட்ச சனைக் காப்பாத்தாதீங்க. அவ்வளவுதான் நான் கேட்டுக்கறது. சாரி, உங்களுக்குச் சிரமம் கொடுத்துட்டேன்.’

அவள் சென்றதும் கணேஷ் கொஞ்ச நேரம் யோசித்தான்.

'கேஸ் என்னமாப் போவுது பாருங்க.''

'வஸந்த்! என்ன பண்ணப் போறோம்?' என்று சந்தேகம் கேட்பது போல் கேட்டான்.

'ரொம்ப சிம்பிள். விட்டுரலாம். எக்கேடு கெட்டுப் போகட்டும் பையன்.'

'பாரு. இந்த இமோஷனல் மேட்டரையும் போலீஸ்காரன் லஞ்சம் கேக்கற மேட்டரையும் போட்டுக் குழப்பாதே. நாம ஒரு கேஸ் ஒப்புத்துக்கிட்டா அதை அரைகுறையா விடறதில் பயனில்லை. பேர் கெட்டுப் போயிரும். முதல்ல ராமச்சந்திர னுக்கு போன் போட்டுப் பணம் கொடுக்காதீங்கன்னு சொல்லு.'

'அதும் சரிதான். கொடுக்காம இருந்தா இன்ஸ்பெக்டர் வந்து அரஸ்ட் பண்ணிருவார். ஒரு கல்ல ரெண்டு மாங்கா. பையன் ஜெயிலுக்குப் போவட்டும்.'

'வஸந்த், அதில்லை நம் குறிக்கோள். பணம் கொடுத்தாலும் கொடுக்காட்டாலும் இன்ஸ்பெக்டர் கதிர்வேலன் பையனை அரஸ்ட் பண்ண மாட்டார்.'

'எப்படிச் சொல்றீங்க?'

'நீ என்கூட இத்தனை நாள் இருந்திருக்கே. சில சின்ன விஷயங் கள்ள கோட்டை விட்டுர்றே அல்லது கவனிக்கத் தவறிடறே.'

'என்ன பாஸ் சொல்லுங்க.'

'ஜி.எச்.ல மார்ச்சுவரியில பார்த்தமே அந்தப் பையனுடைய பாடி, அதில் என்ன பார்த்தே?'

'என்ன பார்த்திருக்கணும். ஒரு டெட் பாடியும் மறு டெட் பாடியும் சேம்தானே.'

அந்தப் பொண்ணு பானுரேகா என்ன சொல்லிச்சு? 'சேட்டுப் பையன் போல இருந்தான். மார்பெல்லாம் முடின்னு.'

'ஆமா.'

'அந்தப் பிணத்தின் மார்பைப் பார்த்தியா?'

வஸந்த் வாயைப் பிளந்தான். 'ஆ...மாம், அது சும்மா சலவைக் கல்லாட்டம் வழவழன்னு இருந்தது. முடியே இல்லை!'

'இதுக்கு என்ன அர்த்தம்.'

'பாஸ் கை குடுங்க. அப்படின்னா, அப்படின்னா அந்த ஆளு... திலீப் கொன்ன ஆளு வேற. இவங்க இன்னும் கண்டுபிடிக்கவே இல்லை. அது யாருன்னு.'

'அப்படி இல்லை. அவங்க கண்டுபிடிச்சிருக்காங்க. கண்டு பிடிச்சிருக்கணும்.'

'எப்படிச் சொல்றீங்க.'

'கவனிக்கமாட்டடா நீ. அந்தப் பொண்ணு பானுரேகா என்ன சொல்லிச்சு, யோசிச்சுப்பாரு. கார்ல அந்தப் பொண்ணை கொண்டாந்திருக்கான். ரெண்டு பேரும் சமுத்திரக்கரைக்குப் போயிருக்காங்க. அங்க சம்பவம் நடந்திருக்கு. கைகலப்பு. திலீப் அவனை தன் ப்ரெண்டுன்னு எண்ணி பின்னாலே வந்து போட்டோ எடுக்கப் போயி அந்தச் சேட்டுப்பையன் அடிபட்டிருக்கான். இந்தப் பொண்ணு வேகமா ஓடிவந்திருக்க, பையன் பீச்ல கிடக் கான். ஆனா அந்த சுமோ கார், அவன் வந்த கார், என்ன ஆச்சு? என்ன ஆயிருக்கும்?'

'அது பாட்டுக்கு பார்க் பண்ணித்தானே இருக்கணும்.'

'போலீஸ்காரங்க உடலைப் பார்த்தா பார்க் பண்ணியிருக்கிற காரைப் பார்த்திருக்க மாட்டாங்களா? அதும் நம்பரை நோட் பண்ணிட்டு ஓனர் யாருன்னு கண்டுபிடிச்சு விழுந்தவன் யாருன்னு கண்டுபிடிச்சிருக்க மாட்டாங்களா?'

'ஆமாம், அதை ஏன் செய்யலை.'

'செய்திருப்பாங்க. போலீசை அப்படி அண்டர்எஸ்டிமேட் பண் ணாதே. செய்திருப்பாங்க. செய்யலைன்னா என்ன தெரியுது?'

'திலீப் அடிச்சதினால அவன் சாகலை. கொஞ்சநேரம் கழிச்சு அவன் நினைவு வந்து தட்டுத் தடுமாறி எழுந்து போயிருக்கணும். அல்லது யாராவது அவனைத் தேடிவந்து காப்பாத்தி கார்ல கொண்டு போயிருக்கணும்.'

'அப்ப அந்தப் பிணம்?'

'அது வேற ஒரு பாடி. நம் ஊர்ல அனாதைப் பிணங்களுக்கா குறைச்சல்!'

வஸந்த் தீவிர யோசனையில் இருந்தான்.

'அதனாலதான் சொல்றேன். கதிர்வேலன் அரஸ்ட் பண்ண மாட்டார். அரஸ்ட் பண்றதா பயங்காட்டி பணத்தை வாங்கிர லாம்னு ப்ளான் போட்டிருக்கார்.'

'முதல் காரியமா ராமச்சந்திரனுக்கு போன் போட்டுப் பேசிரலாம். பணம் கொடுக்காதீங்க. எல்லாமே ஏமாத்து வேலைன்னு.'

'எனக்கென்னவோ அவர் இந்நேரம் கொடுத்திருப்பார்னு தோணுது.'

ராமச்சந்திரனை வஸந்த் அழைத்தபோது ஆன்சரிங் மெஷின் பதில் சொன்னது. அவருடைய செல் நம்பர் கொடுத்திருந்தார். அதை முயன்றான்.

'சார், உங்களை செல்லில் தொந்தரவு பண்றதுக்கு மன்னிக்க ணும். நீங்க பணம் கொடுத்துட்டீங்களா?'

'உங்க கிட்டருந்து சரியா தகவல் வரலை. அதனால கொடுக்கறதா தீர்மானிச்சுட்டேன். குமாரசாமி கதிர்வேலனைக் கூட்டிவரப் போயிருக்கான்.'

'எவ்வளவு?'

'பன்னிரண்டு லட்சம்.'

'எங்க கொடுக்கப் போறீங்க?'

'இங்கதான் வீட்ல, நீங்க வரீங்களா?'

'வரோம்.

12

ராமச்சந்திரன் பங்களாவுக்கு வஸந்தும் கணேஷும் போனபோது குமாரசாமி அவர்களை வரவேற்று ஹாலில் உட்கார வைத்தான்.

'ராமச்சந்திரன் எங்கே?'

'உள்ள விசிட்டர் இருக்காங்க. பேசிக்கிட்டு இருக்காரு. நீங்க வந்தா உட்காரச் சொன்னாரு.'

'யாரு விசிட்டர்?'

'தெரியலீங்க.'

'இன்ஸ்பெக்டர் கதிர்வேலன் வந்தாரா?'

'பார்க்கலிங்க...'

பகல் வெளிச்சம் சாமர்த்தியமாகக் கசியும்படியாக உயர உத்தரங்கள் அமைத்து நடுவே சற்றுப் பள்ளமான இடத்தில் சோபா திண்டுகள் வைத்து நவீனமாக இருந்த அந்த ஹாலில் ஒரே ஒரு சித்திரம் இருந்தது.

'சால்வடோர் டாலி யாருனு இவங்களுக்குத் தெரிஞ்சிருக்கும்ங்கறீங்க பாஸ்.'

கணேஷ் கவனிக்காமல், 'இன்ஸ்பெக்டர் உள்ள போய்ட்டாரா வஸந்த்.'

'குமாரசாமி, அய்யாகிட்ட சொன்னீங்களா நாங்க ரெண்டு பேரும் வந்திருக்கோம்னு.'

'சொல்லலைங்க. விசிட்டர் உள்ற இருக்கறப்ப டிஸ்டர்ப் பண்ணா கோவிப்பாருங்க.'

வஸந்த் தாழ்ந்த குரலில், 'இந்தக் குமாரசாமி முழியே சரியில்லை பாஸ். எனக்கென்னமோ இன்ஸ்பெக்டர் உள்ள இருக்காருன்னு பட்சி சொல்லுது.'

'என்ன பண்ணணுங்கறே.'

'இவன் உள்ள விடமாட்டான். கேட்க்ராஷ் பண்ணிரலாமா.'

'சரி' என்று கணேஷ் எழுந்தான்.

'போயிட்டு அப்புறம் வரிங்களா?' என்றான் குமாரசாமி.

'இல்லைங்க, இப்பவே உள்ளே போறம்' என்ற வஸந்த், 'அவர் அறை எதுங்க?'

'அதோ மேலண்ட இருக்குதே.'

'சரி, அங்கதான் போறம்.'

'அனுமதி இல்லைன்னு சொல்றனில்லை. எனக்கு வேலை போயிருங்க. கொஞ்ச நேரம் காத்திருங்க.'

'குமாரசாமி, உனக்கு இதில எவ்வளவு பங்கு?'

'எதில?'

'பன்னண்டு லட்சத்தில.'

'என்ன சொல்றீங்கன்னே தெரியலை.'

'பாசாங்கு வேண்டாம். ரெண்டு பேரும் மாட்டிக்கப் போறீங்க.'

'என்னங்க, நீங்க எதேதோ பேசிகிட்டு.'

'உன்னை வர்றப்ப கவனிச்சுக்கறேன்' என்று வஸந்த் அந்தக் கதவை உதைத்துத் திறந்தான். உள்ளே நுழைந்தான்.

இன்ஸ்பெக்டர் கிளம்பிக்கொண்டிருந்தார். மேசைக்குக் குறுக்கே ராமச்சந்திரனுடன் கை குலுக்கி விட்டு இடதுகை சூட்கேஸை கை மாற்றிக்கொண்டு புறப்பட்டுக் கொண்டிருந்தார்.

'அப்புறம் பார்க்கலாம். உங்களுக்கு ஏகப்பட்ட விசிட்டர்ஸ்' என்று சொன்னார்.

'வாங்க கணேஷ், வஸந்த்.'

'பணம் கொடுத்துட்டிங்களா சார்?'

'கொடுத்துட்டேனே.'

'வஸந்த், சூட்கேசைப் பிடுங்கிரு' என்றான் கணேஷ்.

வஸந்த் சற்றும் எதிர்பாராமல் இன்ஸ்பெக்டர் கையிலிருந்து சூட்கேஸைக் கவர்ந்தான். அதை மேஜைமேல் வைத்தான்.

அதை இன்ஸ்பெக்டர் எடுக்கப் போக, அவர் கைமேல் அழுத்தி அவரை பின்பக்கம் தடுத்து, அவர் கைத் துப்பாக்கியை உதிர்த்தான்.

கணேஷ் துப்பாக்கியை எடுத்து வைத்துக்கொண்டு, 'வன்முறை வேண்டாம் மிஸ்டர் கதிர்வேலன். இந்தப் பணம் உங்களுடையதுதான். அதை எடுத்துக்கறதுக்கு முந்தி கால் மணி நேரம் உங்ககிட்ட பேசணும். அதுக்குத்தான் தாமதம். மிஸ்டர் ராமச்சந்திரன், உங்க பையன் யாரையும் கொல்லலை. இது ப்யூர் அண்ட் சிம்பிள் ப்ளாக்மெயில் எக்ஸ்டார்ஷன்.'

'என்னது?'

'ஆஸ்பத்திரில கிடக்கிற பிணமும் உங்க பையன்கூடச் சண்டை போட்ட ஆளும் வேற. அடிபட்டு விழுந்தவன் சாகலை. கொஞ்ச நேரம் தலை சுத்தறா மாதிரி பீச்சாங்கரைல படுத்திருந்துவிட்டுப் புறப்பட்டு போயிருக்கான்.'

'என்ன உளர்றீங்க, அந்தாளு பாடியை அடையாளம் காட்டியாச்சு. நான்தான் அதை நிறுத்தி வெச்சிருக்கேன்.'

'நாங்க அந்தாளையே கூட்டி வந்திருக்கமே' என்றான் கணேஷ்.

'எங்க?'

'வெளில வண்டில காத்திருக்காரு. சேட்டுப் பையன்.'

இன்ஸ்பெக்டரின் முகம் மாறியது.

'அப்படிங்கறீங்க.'

'என்ன கதிர்வேலன், இது என்ன குழப்பம்?' என்றார் ராமச் சந்திரன்.

'அந்தாளை ஐடி பண்ண நாலு சாட்சியம் இருக்குதுங்க' என்றார், குரல் சுரத்து கம்மியாகி.

'மிஸ்டர் கதிர்வேலன். போதும் பாசாங்கு. கம் க்ளீன்! இப்பகூட இந்த மேட்டரை நாங்க நெருக்க மாட்டோம். கொலையே நடக்கலை. நடந்ததா நீங்க திரிச்சு கேஸ் பதிவு பண்ணீங்க! அரஸ்ட் கிரஸ்ட் பண்ணீங்கன்னா உங்கமேல அன்லாஃபுல் அரஸ்ட்டுக்கு கேஸ் போட்டுக் கண்ணை நோண்டிருவோம்' என்றான் வஸந்த்.

'என்னன்னு நினைச்சிருக்கீங்க. பணக்காரங்கள்ளாம் இளிச்ச வாயங்களா. என்ன வேணா செய்துக்கங்க. பையனை அரஸ்ட் கிரஸ்ட் பண்ணீங்கன்னா உங்க வேலை போயிரும். யாரைக் கொன்னதா சொல்றீங்களோ அந்தப் பையனையே சாட்சியா மாஜிஸ்திரேட் கோர்ட்டில் நிறுத்திருவோம். பொய் குற்றச் சாட்டு, சாட்சியங்களைத் திரிக்கிறது எல்லாம் சேர்ந்து எட்டு வருஷம் கெடைக்கும். உங்களுக்குத் தெரியாதா என்ன?' என்றான் கணேஷ்.

'பார்க்கலாமா?'

'பார்க்கலாம்.'

'எடுத்துக்குங்க. பணத்தை எடுத்துக்கங்க. நீங்க லஞ்சம் வாங்கின துக்கு நாங்க ரெண்டு பேரும் சாட்சி. அப்புறம் குமாரசாமியை அப்ரூவர் ஆக்கிருவோம். ஒரு பெரிய நோட்டு போதும். அவனை நீங்க அப்ரோச் பண்ணி பணம் கேட்ட எல்லா விவரமும்.'

கதிர்வேலன் தன் தொப்பியை எடுத்து மாட்டிக்கொண்டார். பணத்தைத் தொடவில்லை. முகத்தை அவமானமும் வியர்வை யும் நனைந்தன.

'அப்ப போயிட்டு வரீங்களா?'

‘ஹர்ர்’ என்று ஏதோ ஒரு சப்தம் செய்தார்.

‘கதிர்வேலன், ஒரு நிமிஷம் வெளிய காத்திருங்க. உங்களுக்கு வஸந்த் நற்செய்தி கொடுக்க விரும்பறான்’ என்றான் கணேஷ்.

‘என்ன’ என்றார் விறைப்பாக.

‘கொஞ்சம் காத்திருங்களேன். ராமச்சந்திரன்கூட ஒரு அஞ்சு நிமிஷ ஜோலியிருக்குது. வஸந்த். நீ அவர்கிட்ட பேசிக்கிட்டு இரு, வந்துர்றேன்’ என்றான்.

கணேஷும் ராமச்சந்திரனும் தனியே இருக்க,

‘கணேஷ் தாங்க் யூ, பன்னண்டு லட்சம் மிச்சம் பண்ணிட்டீங்க. நான் குடுக்கறதாத் தீர்மானிச்சப்புறம் யானை வாயில் போன கரும்பு திரும்பி வந்துருச்சு.’

‘லஞ்சம் கேட்டா குடுக்காதீங்க சார். லஞ்சத்தை எதிர்க்கறதில் உங்க பணபலத்தைச் செலவழிங்க. ஆதரிக்காதீங்க.’

‘யு ஆர் ரியலி க்ரேட் கணேஷ். எப்படி இதைக் கண்டுபிடிச்சீங்க?’

‘ஒண்ணும் செப்பிடுவித்தை இல்லை சார். ஒழுங்கா படிப்படியா விசாரிச்சப்போ பையன் கூட வந்திருந்த பொண்ணைப் புடிச்சுட்டம். அதான் இந்தக் கேசில் அதிர்ஷ்டம். அந்தப் பொண்ணு அவனுக்கு ஒரு அடையாளம் சொல்லிச்சு. சேட்டுப் பையன். மார்ல முடியிருந்ததுன்னு. மார்ச்சுவரில இவங்க காட்டின உடம்பில முடியே இல்லை. வேற பிணம். அதிலிருந்து எல்லாம் க்ளியர் ஆயிருச்சு. அதது அதனதன் இடத்தில் விழுந்திருச்சு.’

அவன் புறப்படுமுன் கதவைப் பட்டென்று திறந்து கொண்டு திலீப் உள்ளே வந்தான். ‘டாட், கன் ஐ ஹேவ் தி மனி நௌ, ரைட் நௌ’ என்று அதட்டலாகச் சொன்னான். அப்போதுதான் கணேஷைப் பார்த்து, ‘ஹாய்! ஹூ ஆர் யு’ என்றான்.

‘பார்த்ததில்லை. நம்ம லாயர் கணேஷ். இவர்தான் உன்னை ஜெயிலுக்குப் போகாமக் காப்பாத்தினார்.’

திலீப் அதைப்பற்றி எதுவுமே சொல்லாமல் ‘டாட், ஐ’ம் இன் எ ஹர்ரி’ என்றான்.

'கொஞ்சம் வெய்ட் பண்ணுங்க கணேஷ். பிள்ளைப் பூச்சி மாதிரி அரிச்சுருவான் இவன்.' அவன் கையில் ஒரு செக் எழுதிக் கொடுத்தார்.

'பாங்க் திறந்திருக்குமா டாட்.'

'தட்ஸ் யு'ர் ப்ராப்ளம்' என்றார் விரக்தியாக.

அவன் போனதும், 'பணம் புடுங்கி மெஷின். அப்பா அம்மா வுக்கு ஒரு மரியாதை கிடையாது.'

'தெரியுது' என்றான் கணேஷ்.

'கம்பெனி மானத்தைக் காப்பாத்திட்டீங்க. எம் பையன் இனி ஜெயிலுக்குப் போகவேண்டியதில்லை.'

'ஐ எம் நாட் ஸோ ஷ்யூர் சார். நிச்சயம் போயிருவான், வேற நிஜ கேசுக்கு. போகட்டும் சார். புத்தி வரட்டும். ப்ரொடெக்ட் பண்ணா தீங்க. நான் வரேன்.'

'உங்க பீஸ்?'

'அப்பறம் வஸந்த் இன்வாய்ஸ் அனுப்புவான் சார். குட்பை.'

கணேஷ் போனதும் ராமச்சந்திரன் யோசித்தார். 'ஐ'ம் நாட் ஸோ ஷ்யூர்'ங்கறார். என்ன இப்ப என்று கவலைப்பட்டார்.

கணேஷ் அறைக்கு வெளியே வந்தான். 'வஸந்த் சொல்லிட்டியா.'

குமாரசாமியைக் காணவில்லை.

'சொல்லிட்டேன் பாஸ்.'

'என்ன சொல்றார் கதிர்வேலன்.'

'ஹி இஸ் வெரி ஹாப்பி.'

கதிர்வேலன் மிகுந்த சந்தோஷத்தில்தான் இருந்தார். 'ஜமாய்ச்சுர் றேன்ங்க. சென்சேஷனல் கேஸ் ஆயிரும்.'

'அந்தப் பெண், அதும் பேரு என்ன வஸந்த்.'

'சரண்யா.'

'சரண்யாகிட்டருந்து ஒரு புகார் மட்டும் வாங்கிக் கொடுத்துருங்க. மற்ற சாட்சியங்களை எல்லாம் நான் பார்த்துக்கறேன். இருபத்து நாலு மணி நேரத்துக்குள்ள இதே திலீப் பையனைக் கைது பண்ணாட்டி எம்பேரு கதிர்வேலன் இல்லை. அவன் சகாக்கள் இருக்காங்களே...'

'அந்தப் பயலுவளை ஆசனத்துவாரத்தில் கழியை விட்டு ஒரு கலக்குக் கலக்கிருங்க. கக்கிடுவாங்க உண்மையை' என்றான் வஸந்த்.

'இந்தியாவிலேயே இப்பல்லாம் உண்மை அந்த வழியாத்தான் வருது கதிர்வேலன்' என்றான் கணேஷ்.

'அப்புறம் கதிர்வேலன், உங்களுக்கு எத்தனை பேரும் புகழும் வருது பாருங்க.'

'அதுகூட சரிதாங்க. வஸந்த் எல்லாம் வெவரமாச் சொன்னாரு.'

'உண்மையான கேசுக்கு கைது பண்ணுங்க. பொய் கேசுக்கல்ல' என்று சொல்லிவிட்டு 'நாளைக்கு ஒரு பப்ளிக் இண்ட்ரஸ்ட் லிட்டிகேஷன் பெட்டிஷன் மாதிரி வேணுமா, இல்லை அந்தப் பொண்ணுகிட்டருந்து லெட்டர் போதுமா?'

'பொண்ணு ஒரு மனு கொடுத்தாப் போதுங்க, எப்.ஐ.ஆர். பதிவு செய்துர்றேன்.'

'ஜமாய்ங்க.'

தன் ஜென் காரில் ஏறும்போது வஸந்த், 'பாஸ், அடிபட்ட பையன் கார்ல இருக்கறதாச் சொன்னீங்களே, அங்கே அவன்?'

'வஸந்த் சும்மா ஒரு...அது என்ன சொல்வே.'

'உட்டாலக்கடி.'

'அதான்.'

மறுதினம் காலை செய்தித்தாளில் 'பிரபல தொழிலதிபர் மகனுடன் நால்வர் கைது' என்று கொட்டை எழுத்துக்களில் தலைப்புச் செய்திகள் அலறின.

சரண்யா என்கிற பெண்ணை கூட்டு முயற்சியாகப் பலாத்காரம் செய்ததற்கு நால்வர் கைது செய்யப்பட்டனர்.

வஸந்த் அதைக் காட்டியபோது 'பாத்துட்டேன்' என்றான் கணேஷ்.

'பாஸ், இதைக் கேளுங்க...' பேப்பரை வசதியாக மடித்துக் கொண்டு படித்தான்.

தொழிலதிபரின் பண பலத்தை எதிர்த்து தைரியமாகக் கைது செய்ய முன்வந்த கடமை உணர்ச்சிமிக்க இன்ஸ்பெக்டர் கதிர் வேலன் அவர்களை போலீஸ் கமிஷனர் துரையும் உள்துறை அமைச்சரும் பாராட்டினர்.

'இதான் பாஸ் க்ளைமாக்ஸ். இந்த வகையிலான நேர்மையான இளம் அதிகாரிகள்தான் காவல் துறையின் தூண்கள்' என்றான்.

கணேஷ் வாய்விட்டுச் சிரித்தான்.